சைவத் திறவு

திரு. வி. கலியாணசுந்தரனார்

Title: Saiva Thiravu

Author: Thiru. V. Kalyanasundaram

Language: Tamil

First Published on: 1929

Year of Publication: 2025

Book Format: Paperback

*Page Size: 6inch * 9inch*

Category: Religious

Subject: Religious Essays

No. of pages: 60

ISBN: 978-81-689505-3-5

Published by: Nilan Publishers, Madurai, Tamilnadu, India

பொருளடக்கம்

அணிந்துரை..3

சைவத் திறவு..6

அணிந்துரை

ஒன்றுகண் டீருல குக்கொரு தெய்வமும்
ஒன்றுகண் டீருல குக்குயி ராவது
நன்றுகண் டீரினி நமசிவா யப்பழந்
தின்றுகண் டேற்கிது தித்தித்த வாறே

-திருமூலர்

அகர முதல எழுத்தெல்லாம் ஆதி - பகவன் முதற்றே உலகு என்றார் திருவள்ளுவனார். உலகம் ஒரு முழு முதலை யுடைத்து என்னும் உண்மையில் இஞ்ஞான்று ஐயங்கொள்ளும் அறிஞர் சிலரென்றே கூறலாம். செம்மை ஆராய்ச்சியான் நல்லறிவு முகிழ்க்கப் பெறாதார் கூற்றுக்களை உலகம் (உயர்ந்தோர்) ஏற்றுக்கொள்வதில்லை.

ஆனால் கடையாயார் கூற்றுக்களான் இடையாயார் கேடுறாதவாறு காக்கவேண்டுவது தலையாயார் கடன்.

கடவுளுண்மையில் உறுதி யுடையார் பலர். அவ்வுண்மை யுணர்ந்தார் சிலர். அவ்வுண்மை யுணரும் வழிகோலினார் மிகச் சிலர். அம் மிகச்சிலர் கோலிய வழியாது என்பதை விளக்குவது இந்நூல். இக் காரணம் பற்றியே இந்நூற்குச் சைவத் திறவு என்னும் பெயர் சூட்டப்பட்டது.

தூத்துக்குடிச் சைவ சித்தாந்த சபையின் நாற்பத்தைந்தாம் ஆண்டு விழா, ஆயிரத்தித் தொள்ளாயிரத்து இருபத்தெட்டாம் ஆண்டு, டிசம்பர் திங்கள், இருபத்தெட்டு இருபத்தொன்பதாம் நாட்களில், அடியேன் தலைமையில் நடைபெற்றது, அவ்விழாவில் தென்னாடுடைய சிவனே போற்றி -

எந்நாட்டவர்க்கும் இறைவா போற்றி என்னுந் திருவாக்கைக் குறிக்கோளாகக் கொண்டு அடியேன் தலைமையுரை நிகழ்த்தலானேன். அத் தலைமையுரையைக் கொண்டது இந்நூல்.

இந்நூலிடை, மாணிக்கவாசகனார் நிலை, திருவண்டப் பகுதி நுட்பம், நினைப்பற நினைத்தலின் விளக்கம், மூவித உடலங்களின் பாகுபாடு, ஒரே கடவுளுண்மை, தென்னாடுடைய சிவன் எந்நாட்டவர்க்கும் இறை என்பது, இறைக்கும் இயற்கைக்கு முள்ள தொடர்பு, சேய் சிவம் என்பது, சமரசம், இறைவனை யுணரும்வழி, இறைவனது சொரூப தடத்த இயல்புகள், காவியங்களின் இன்றியமையாமை, நம்பிக்கையின் அவசியம், ஆராய்ச்சியின் அளவு, சைவத் திறவுள்ள இடம், கடவுளின் அகண்டாகாரப் படம், தோடுடைய செவியன் என்பதின் உள்ளுறை, ஆண்டவன் பெண் ஆண் வடிவமாக இருக்கும் நுட்பம், தோடு விடை மதி சுடலை முதலியவற்றின் உட்பொருள், கோயில்களின் நோக்கம், தற்காலக் கோயில்கள், சாதிப்பேய் நூல்களுங் கோயில்களே என்பது, சீர்திருத்தம், பெரிய புராணம் சீர்திருத்த நூல் என்பது தவப்பேறு முதலிய பொருள்கள் சுருங்கிய முறையில் ஆங்காங்கே விளக்கப்பட்டிருக்கின்றன.

உருவ வழிபாட்டின் நுட்பமும், இன்றியமையாமையும் விளக்கமாக இந்நூற்கண் ஓதப்பட்டிருக்கின்றன. இந்நூலைப் படிப்போர்க்கு உருவ வழிபாட்டைப் பற்றிய பலதிற ஐயப்பாடுகள் நீங்குதல் ஒருதலை.

கடவுள் நெறியைப் பற்றியும், அந்நெறி யோம்பிய அடியார் களைப் பற்றியும், திருக்கோயில் வழிபாட்டைப் பற்றியும் நாட்டிடைப் பலதிற ஐயந்திரிபு மயக்கங்கள் தோன்றியுள்ள இவ்வேளையில் வெளிவந்த இந்நூலைப் பற்றி ஈண்டு யான் விரிவுரை கூறவேண்டுவதில்லை. பிழை பொறுக்க.

ஒன்றியிருந்து நினைமின்கள்
உந்தமக்கு ஊனமில்லை - அப்பர்

சென்னை
2 . 6. 1929

திருவாரூர்-வி. கலியாணசுந்தரன்

சைவத் திறவு

தென்னா டுடைய சிவனே போற்றி!
எந்நாட் டவர்க்கும் இறைவா போற்றி!

சகோதரிகளே! சகோதரர்களே!

அடியேன் தூத்துக்குடிச் சைவசித்தாந்த சபைக்குப் புதியவனல்லன்; இற்றைக்குப் பதினெட்டாண்டுகட்கு முன்னர் இருமுறை சொற்பொழிவாளனாகப் போந்தேன்; 41-ம் ஆண்டு விழாவில் தலைமை வகிக்கும் பேறு பெற்றேன். அத்தலைமைப் பேற்றை மீண்டும் இவ்வாண்டு சபையார் அடியேனுக்கு வழங்கி யிருக்கிறார். சபையார் நல்கிய வரவேற்புக்கும், மொழிந்த அன்புரைக்கும் எனது நன்றியறிதலான வணக்கம்.

1924-ம் ஆண்டில் தலைமை வகித்தபோது சைவத்தின் சமரசம் என்னும் பொருள் பற்றி முன்னுரை நிகழ்த்தினேன். அத் தலைமையுரை ஒரு நூலாகித் தமிழுலகில் உலவுவது உங்கட்குத் தெரியும். அதன்கண் சைவ சமயத்தின் சமரசம், பொருளுண்மை, அன்புநிலை தொண்டு முதலியன ஓதப்பட்டிருக்கின்றன.

இப்பொழுது எப்பொருள் பற்றி முன்னுரை நிகழ்த்தலா மென்று உன்னிப் பார்த்தேன். நேற்றிரவு சபையார் அடியேனை வரவேற்ற போது, தென்னா டுடைய சிவனே போற்றி - எந்நாட்ட வர்க்கும் இறைவா போற்றி! என்னுந் திருமொழியை முழக்கினர். அம் முழக்கம் என்னுள்ளத்தில் பசுமரத் தாணிபோல் பதிந்தது. அப் பெருமொழியைக்

குறிக்கோளாகக் கொண்டு இப்பொழுது தலைமையுரை நிகழ்த்தலாமென்று கருதுகிறேன்.

பொருண்மீது கருத்துச் செலுத்துதற்கு முன்னர், அப் பொருண்மொழியை உலகிற்கு அருளிய ஆசிரியர் நிலையைச் சிறிது ஆராய வேண்டுவது எனது கடனென உணர்கிறேன்.

மாணிக்கவாசகனார்

தென்னா டுடைய சிவனே போற்றி - எந்நாட்டவர்க்கும் இறைவா போற்றி! என்னும் அருண்மொழியைத் திருவாய் மலர்ந்தருளிய மாணிக்கவாசகனார் எத்தகையினர் என்பதும், எந்நிலையினர் என்பதும் ஆராயற்பாலன. மாணிக்கவாசகனார் நிலையை அளந்துணர்தற்கு அவர் அருளிய திருவாசகத்தைக் கருவியாகக் கொள்வதே சிறப்பு. திருவாசகத்தில் பல இடங் களில் அவரது நிலை புலனாகிறது. இரண்டோரிடங்களை மட்டும் ஈண்டுக் குறிப்பிடலாமெனக் கருதுகிறேன்.

இன்றெனக் கருளி யிருள்கடிந் துள்ளத்
தெழுகின்ற ஞாயிறே போன்று
நின்றநின் றன்மை நினைப்பற நினைந்தேன்
நீயலாற் பிறிதுமற் றின்மை
சென்றுசென் றணுவாய்த் தேய்ந்துதேய்ந் தான்றாந்
திருப்பெருந் துறையுறை சிவனே
ஒன்றுநீ யல்லை யன்றியொன் றில்லை
யாருன்னை யறியகிற் பாரே.

நினைப்பற நினைத்தல்

இத் திருவாசகத்தில் நினைப்பற நினைந்தேன் நீயலால் பிறிதுமற் றின்மை என்னும் பகுதியை ஊன்றி நோக்குவோமாக. ஆண்டவனல்லால் பிறிதும ற்றின்மை என்னும் நிலை எப்பொழுது கூடும்? நினைப்பற நினைக்கும் நிலையில் அப் பெருநிலை கூடுமென்க. நினைப்பும் மறப்பும் இலாதவர் நெஞ்சில் வினைப்பற் றறுக்கும் விமலன்

இருக்கும் என வரூஉம் திருமூலர் திருவாக்கும் ஈண்டுக் கருதற்பாற்று.

நினைப்பும் மறப்பும் அறும் நிலை ஒன்றுண்டா என்னும் ஐயம் சிலர்க்குப் பிறக்கலாம். இந்நாளில் அவ்வையம் சிறப்பாகப் பிறக்கலாமென்று சொல்வேன். காலத்தின் கோலம்! நாட்டின் நிலை! சமயக்கல்வி குறைபாடு! என்செய்வது!

எடுத்துக்கொண்ட மாணிக்கவாசகனார் திருவாக்கையே துருவிப் பார்க்கலாம். "நினைப்பற நினைந்தேன் நீயலால் பிறிதுமற் றின்மை" என்றருளிய பெருமான் அதற்குரிய வழியையுங் குறிப்பாக அதன்பாங்கர் கோலிக் காட்டியுள்ளார். "சென்று சென் றணுவாய்த் தேய்ந்துதேய்ந் தொன்றாம்***" என்று நம்பெருமான் அருளிய மெய்யுரையின் நுட்பத்தை எனக்கொரு பெரியார் அறிவுறுத்தியவாறு ஈண்டுக் கிளத்துகிறேன்.

சென்று சென்று தேய்ந்து தேய்ந்து

சென்று சென்று என்ற இருமுறையும், தேய்ந்து தேய்ந்து என்று இருமுறையும் மணிவாசகனார் கூறிய தன் கருத்தென்ன? முதல் சென்று பருவுட (தூலம்)லினின்றும் நுண்ணுட (சூட்சுமம்) லுக்குச் செல்வதைக் குறிப்பது; இரண்டாவது சென்று நுண்ணுடலி னின்றும் முதல் (காரண) உடலுக்குச் செல்வதைத் தெரிவிப்பது. இவ் வாழ்வில் முதலுடல் காட்சி பெற்றதும் உடலெடுப்புக்குத் துணையாக நிற்கும் கன்மமலம் தேய்வுறும். கன்மம் ஒடுங்கியதும் எல்லாவற்றிற்கும் அடிப்படையாகவுள்ள ஆணவம் அல்லது அவித்தை தேய்வுறும். அவித்தை ஒடுங்கியதும் ஒன்றாம் நிலையுறும். ஆகவே தேய்ந்து தேய்ந்து என்னும் இரண்டில் முன்னையது கன்மத் தேய்வை யும், பின்னையது ஆணவத் தேய்வையும் அறிவுறுத்தல் உணரற் பாலது.

இவ்வாறு பருவுடலினின்றும் நுண்ணுடலுக்கும், நுண்ணுடலினின்றும் முதலுடலுக்கும் போதரும்

பேற்றையும், அதனால் கன்ம அழிவும் ஆணவ ஒடுக்கமும் உறும் பேற்றையும் அடைவோர் நினைப்பும் மறப்பும் அற்ற ஒரு நிலை எய்துவர் என்று அறிஞர் கூறுப.

மாணிக்கவாசகனார் இப் பெருநிலை பெற்ற பெரியாரென்பது, "நினைப்பற நினைந்தேன் நீயலால் பிறிதுமற் றின்மை. சென்று சென் றணுவாய்த் தேய்ந்து தேய்ந் தொன்றாம்***" என்று அவர் அருளிய உரைகளால் அறியக் கிடக்கிறது.

ஓருடலுணர்வினின்றும் இன்னோருடலுணர்விற்குப் போந்து நிற்றல், கன்மம் ஆணவம் ஒடுங்கல், நினைப்பற நினைத்தல் முதலியன வாய்வேதாந்தமென்று சிலர் எள்ளுவர். இப் பருஉடலுணர்வோடு வாழும் நம்மனோர்தம் புலன்களுக்குப் பொருளாகாத நுட்பங்களை உலகியலறிவு கொண்டும், அறிவியல் துணை கொண்டும் ஆராய்ந்து முடிவு காண முயலல் வேண்டும். அம் முயற்சியில் தலைப்படாது எல்லாம் பொய், புரட்டு என்று சொல்வது மிக எளிது. அவ்வெளிய உலகில் வாழ்ந்து இன்புறுவோரைப் பற்றி நாம் கவலையுற வேண்டுவ தில்லை. அவர் நிலை குறித்து இரங்கி, அவர் உண்மை ஆராய்ச்சி யுலகில் இறங்கி யுழைக்கும் நெஞ்சம் பெறுமாறு ஆண்டவனை வழுத்த வேண்டுவதே நமது கடமை.

மூவித உடல்

ஐய உலகில் வாழ்வோர்க்கு மற்றவர் தம்தம் ஆராய்ச்சியில் கண்ட நுட்பங்களைச் சொல்ல வேண்டுவது அவரவர் கடமை. எனது சிற்றறிவு கொண்டு சில ஆண்டுகளாக யான் ஆராய்ந்து கண்ட சில நுட்பங்கள், பருவுடல், நுண்ணுடல், முதலுடல் முதலியவற்றின் உண்மையையும், அவ்வவ்வுடலின் உணர்வு நிலையையும், பிறவற்றையும் என்னறிவில் உறுதிப்படுத்தி யிருக்கின்றன.

பருவுடல், நுண்ணுடல், முதலுடல் முதலியவற்றின் உண்மைகளை நமது நாட்டு நூல்கள் பல அறிவுறுத்துகின்றன.

இப்பொழுது மேல்நாட்டறிஞர் சிலர் அவ்வுடல் நிலைகளை ஆராய்ந்து பலதிற உண்மைகளை வெளியிட்டு வருகிறார். ஸர் ஆலிவர் லாட்ஜ் முதலியோர் புரிந்து வரூஉம் ஆராய்ச்சி நமது சமய ஆராய்ச்சிக்குப் பெருந் துணையாக நிற்கிறது. பருவுடலினின்றும் ஆவி பிரியும் வேளையில் அதன் படம் இப்பொழுது எடுக்கப்படுகிறது. இம் முயற்சியில் தலைப்பட்டவருள் ஒருவர் பாரி நகரவாசியாகிய டாக்டர் பாரடக் (Dr. Baraduc of Paris) என்பவர். இது குறித்து ஈண்டு விரிவுரை வேண்டுவதில்லை.

மனோ நிலை

மக்கள் உலகை எடுத்துக் கொள்வோம். மக்கள் வடிவம் எல்லாரும் பெற்றிருக்கிறார். ஆனால் அறிவு நிலையில் எல்லாரும் ஒத்திருக்கிறாரா என்பது உன்னறற்பாலது. சிலர் விலங்கு மனம் பெற்றிருக்கிறார்; சிலர் இளைய மனம் பெற்றிருக்கிறார்; சிலர் தெய்வ மனம் பெற்றிருக்கிறார். இன்னும் பலதிற மனமுடையாரு மிருக்கிறார். இத்திற மனமுடையார் ஆராய்ச்சியில் தலைப்படுவ ரேல் அவரவர் தத்தம் அறிவாற்றலுக்கு ஏற்ற அளவினதாகவே பொருளுண்மை பெறுவர்.

பர்மாவில் ஒரு சிறுவன் கல்லூரி போந்து கணிதம் பயிலாமலே மிகச் சிக்கலான கணக்குகளுக்கு நொடிப்பொழுதில் விடையிறுக்கிறான். ஸ்ரீவில்லிபுத்தூர் இளைஞன் இயற்கையாகவே கணித ஞானம் பெற்றிருந்தது. உங்கட்குத் தெரியும். ஓட்டப்பிடாரத்தில் ஓரிளம் பாலகன் திருக்குறள் அவதானஞ் செய்வதை நான் நேரிற் கண்டேன். இவ்விளைஞர்களுக்கு இவ்வாற்றல் யாண்டிருந்து பிறந்தது? இவ்வாற்றல் பெறாத ஒருவன் இவைகளெல்லாம் கட்டுக்கதை; ஏமாற்றம் என்று சொன்னால் அவனை நாம் என்செய்வது?

காலஞ்சென்ற கும்பகோணம் இராமாநுஜனார் பெற்றிருந்த கணக்கறிவைத் தான் பெறாத காரணங்கொண்டு ஒருவன்

அவ்வறிஞரை இழித்தும் பழித்துங் கூறினால், அக் கூற்றை அறிஞர் எங்ஙனங் கொள்ளல் வேண்டுமென்பதைச் சொல்லவும் வேண்டுமோ? அதுபோல மெய்யறிவு பெற்ற ஆன்றோர்களை, அவ்வறிவு பெறாத விலங்கு மனமுடையார் ஏசிக் கூறினால் நாம் என் செய்வது? அவ்விலங்கு மனம் மாறித் தெய்வமனம் பெறும்வரை அச் சகோதரர்கட்குச் சில நுட்பங்கள் புலனாதல் அரிதே.

பனிக்கட்டி

உலகியல் வழிநின்று ஈண்டோர் எடுத்துக்காட்டுத் தரு கிறேன். பனிக்கட்டியை எடுத்துக் கொள்வோம். அஃது எப்படிக் கிடக்கிறது? அஃதோர் எல்லைக்குட்பட்டுத் திண்ணெனக் கிடக்கிறது. அக் கட்டிமீது வெம்மை படரப் படர அது நீராக மாறுகிறது. அந் நீரின்மீது மேலும் மேலும் வெம்மை படியப் படிய அது காற்றாக மாறுகிறது. அக் காற்றின் மீது கதிரொளி பாயப் பாய அஃதொரு அதிதீவிர சக்தியாக மாறுகிறது. முதலில் கட்டியாய், பின்னே நீராய், காற்றாய், அதிதீவிர சக்தியாய் மாறி மாறிச் சென்ற பொருள் ஒன்றா? பலவா? பொருள் ஒன்றே. ஆனால் வெம்மையின் தாக்குதற்கேற்ப அது பன்னிலை எய்கிறது. இவ்வாறே அறிவு ஒன்றாயினும், அதன் நிலை, பருமை நுண்மை முதலிய உடல்களின் சார்புக்கேற்ற அளவில் விளக்க முறும். பனிக்கட்டியாய்க் கிடந்த ஒன்று, பின்னை எங்ஙனம் நீராகி, காற்றாகி, எல்லை, கட்டு முதலியவற்றிலடங்காத வொன் றாக மாறுகிறதோ, அங்ஙனே பருவுடலில் கட்டுப்பட்டுக் கிடக்குந் திண்மை அறிவு, ஆண்டவனருள் ஒளியால் நுண்ணுடல் முதலுடல் முதலிய உடல்களின் சார்பு பெறும்போது, படிப்படியாக அகண்டாகாரத்தைப் பெறும் ஆற்றல் பெறுகிறது. உலகியற் பொருள்களின் நிலை மாறுதலுறுதற் போல, அறிவு விளக்க நிலையிலும் மாறுதலுறுதல் உண்டு. ஆகவே, மக்கள் உட லமைப்பை மட்டுங்கொண்டு எல்லாரும் ஒரு தன்மையினர் என்று கொள்ளல் அறிவுடைமை யாகாதென்க. மக்கள் மனோ நிலையில் பலதிற வேற்றுமைகளை யுடையவரா யிருத்தல் வெள்ளிடைமலை; வெள்ளிடைமலை.

மாணிக்க வாசகனார் நிலை

இனி, மாணிக்கவாசகனார் நிலை மீது கருத்துச் செலுத்துவோம். அவர் நிலையென்ன? அவர் அறிவு பருவுடலளவிலா கட்டுப்பட்டுக் கிடந்தது? அவர் மாறுதற்குரிய கலைப்புலமை கொண்டா பாக்கள் பாடினர்? அவர் பனிக்கட்டியனைய பருவுடலுணர்வு கடந்து, காற்றனைய முதலுட லுணர்வில் நின்று, கன்மமும் அவித்தையும் கழியப் பெற்று, நினைப்பற நினைக்குந் தன்மையெய்தி, ஆண்டவனல்லால் பிறிது மற்றின்மைகண்டு, மாறா இன்பத்தில் திளைத்து இருந்தவர். அந்நிலையில் நின்று அப்பெரியார் "நினைப்பற நினைந்தேன் நீயலால் பிறிதுமற்றின்மை - சென்றுசென் றணுவாய்த் தேய்ந்து தேய்ந்து ஒன்றாம்***" என்று அருளினார். இவ்வருண்மொழி யான் மாணிக்கவாசகனார் நிலை நனி விளங்குதல் உணர்க.

மாணிக்கவாசகனார் தம் வாழ்வில் பெற்ற பெரு நிலையை மற்றுமோரிடத்தில் விளக்கியிருக்கிறார். அந்நிலையை அவர் அருண்மொழியில் காணும்போதெல்லாம் எனதுள்ளம் குழைந்து குழைந்து உருகும். அந்நிலையன்றோ பிறவியெடுத்த ஒவ்வொருவரும் உறல்வேண்டும்? அப்பெருவாழ்வை என்றே பெறுவேம்! மாணிக்கவாசகா! நின்னருள் வேண்டும்; வேண்டும். அன்புடைச் சகோதரர்களே! மாணிக்கவாசகனார் நிலையை ஓர்மின்! ஓர்மின்!!

உளையா வன்பென் புருக வோலமிட்
டலைகடற் றிரையி னார்த்தார்த் தோங்கித்
தலைதடு மாறா வீழ்ந்துபுரண் டலறிப்
பித்தரின் மயங்கி மத்தரின் மதித்து
நாட்டவர் மருளவுங் கேட்டவர் வியப்பவுங்
கடக்களி றேற்றாத் தடப்பெரு மதத்தி
னாற்றே னாக வவயவஞ் சுவைதரு
கோற்றேன் கொண்டு செய்தன
னேற்றார் மூதூ ரெழினகை யெரியின்

வீழ்வித் தாங்கன்
றருட்பெருந் தீயி னடியோ மடிக்குடி
லொருத்தரும் வழாமை யொடுக்கினன்
றடக்கையி னெல்லிக் கனியெனக் காயினன்
சொல்லுவ தறியேன் வாழி முறையோ
தரியே னாயேன் றானெனைச் செய்தது
தெரியே னாவா செத்தே னடியேற்
கருளிய தறியேன் பருகியு மாரேன்
விழுங்கியு மொல்ல கில்லேன்
செழுந்தண் பாற்கடற் றிரைபுரைவித்
துவாக்கட னள்ளுநீ ருள்ளகந் ததும்ப
வாக்கிறந் தமுத மயிர்க்கா றோறுந்
தேக்கிடச் செய்தனன் கொடியே னூன்றழை
குரம்பை தோறு நாயுட லகத்தே
குரம்பைகொண் டின்றேன் பாய்த்தி நிரம்பிய
அற்புத மான வமுத தாரைக
ளெற்புத் துளைதொறு மேற்றின னுருகுவ
துள்ளங் கொண்டோ ருருச்செய் தாங்கெனக்
கள்ளூ றாக்கை யமைத்தன னொள்ளிய
கன்னற் கனிதேர் களிறெனக் கடைமுறை
என்னையு மிருப்ப தாக்கின னென்னிற்
கருணை வான்றேன் கலக்க
அருளொடு பராவமு தாக்கினன்

இப் பொன்மொழிகள் திருவண்டப் பகுதியினிறுதியில் ஒளிர்வன. மாணிக்கவாசகனார் தமது மாயாவுடல், அருளமிழ்தப் பொன்னுடலாக மாறியதை வியந்து வியந்து கூறுகிறார். அலைகடற் றிரையின் ஆர்த்து ஆர்த்து என்றும், அவயவம் சுவைதரு கோற்றேன் கொண்டு செய்தனம் என்றும், பருகியும் ஆரேன், விழுங்கியும் ஒல்ல கில்லேன் என்றும் அமுதம் மயிர்க் கால் தோறும் தேக்கிடச் செய்தனன்

என்றும், அற்புதமான அமுத தாரைகள் எற்புத்துளைதொறும் ஏற்றினன் என்றும், கள்ளூ றாக்கை யமைத்தனன் என்றும், என்னையு மிருப்ப தாக்கினன் என்றும், என்னில் கருணை வான்றேன் கலக்க அருளொடு பராவமு தாக்கினன் என்றும் வரூஉம் அமிழ்த மொழிகளைப் பருகிப் பருகி உன்னுவோமாக.

இராமலிங்க சுவாமிகள்

இந்நிலையெய்திய மாணிக்கவாசகனாரைப் பருவுடலுணர்வுடன் கட்டுப்பட்டுக் கிடக்கும் ஒருவன் தன்னுடன் ஒப்ப நோக்கி ஆராய்வது அறிவுடைமை யாகாது. மாணிக்கவாசகனார் ஆனந்த வடிவான மாதவர் என்பதை ஓர்தல் வேண்டும். மாணிக்கவாசகனார் மெய்ந்நிலையை அவர் பின் வந்த பலர் வியந்து வியந்து போற்றியிருக்கிறார். இற்றைக்குச் சுமார் ஐம்ப தாண்டுகளுக்கு முன்னர்த் தமிழ் நாட்டில் வதிந்த இராமலிங்க சுவாமிகள் மாணிக்கவாசகரைப் பற்றிப் பாடிய பாக்களை - அன்பர்களே! - படித்துப் பாருங்கள். அப் பாடல்களில் இரண்டோ ரடிகளை ஈண்டு எடுத்துக்காட்டுகிறேன். மாணிக்கவாசகனே ஆனந்த வடிவான மாதவனே என்றும், அன்புருவம் பெற்றதன் பின் அருளுருவம் அடைந்த பின்னர் - இன்புருவம் ஆயினைநீ எழில் வாதவூரிறையே என்றும், ஆடுகின்ற சேவடிக்கீழ் ஆடு கின்ற ஆரமுதே என்றும் இராமலிங்கசுவாமிகள் வாதவூரடி களை வழுத்தியிருத்தல் காண்க. மேலே எடுத்துக்காட்டப் பெற்றுள்ள திருவண்டப் பகுதியின் நுட்பத்தை இராமலிங்க சுவாமிகள் உள்ளங்கை நெல்லிக்கனிபோ லுணர்ந்து, அதன் பெற்றியைச் சிறப்பாகப் போற்றியிருத்தல் ஈண்டு உன்னற்பாலது.

உருவண்டப் பெருமறையென் றுலகமெலாம் புகழ்கின்ற
திருவண்டப் பகுதியெனுந் திருவகவல் வாய்மலர்ந்த
குருவென்றெப் பெருந்தவருங் கூறுகின்ற கோவேநீ
இருவென்றத் தனியகவ லெண்ணமெனக் கியம்புதியே

என்று இராமலிங்க சுவாமிகள் திருவண்டப்பகுதியின் உள்ளக் கிடக்கையை உணர வேட்கை மீக்கூர்ந்து நின்றதை ஓர்க.

ஆனந்த நிலை

நமது ஆனந்த வடிவான மாதவனார் நிலையை எனது புன்மொழியால் இன்னும் புகன்று போதல் வேண்டுமோ? அன்பினால் அடியேன் ஆவியோ டாக்கை ஆனந்தமாய்க் கசிந்துருக - என்பரமல்லா இன்னருள் தந்தாய் ஆவியோ டாக்கை புரைபுரை கனியப் புகுந்துநின்றுருக்கிப் பொய்யிருள் கடிந்த மெய்ச்சுடரே - திரைபொரா மன்னும் அமுதத் தெண்கடலே சிறை பெறா நீர்போற் சிந்தைவாய்ப் பாயுந் திருப் பெருந் துறையுறை சிவனே தந்தது உன் றன்னைக் கொண்டது என் தன்னைச் சங்கரா ஆர்கொலோ சதுரர் - அந்தமொன் றில்லா ஆனந்தம் பெற்றேன் யாதுநீ பெற்றதொன் றென்பால் அறவையேன் மனமே கோயிலாக் கொண்டாண்டு அளவிலா ஆனந்தம் அருளிப் பிறவிவேர் அறுத்து என்குடி முழுதாண்ட பிஞ்ஞகா ஊனினை உருக்கி உள்ளொளி பெருக்கி உலப்பிலா ஆனந்தமாய தேனினைச் சொரிந்து புறம் புறம் திரிந்த செல்வமே புன்புலால் யாக்கை புரைபுரை கனியப் பொன்னெடுங் கோயிலாப் புகுந்துஎன் என்பெலாம் உருக்கி எளியையாய் ஆண்ட ஈசனே தேனாய் இன்னமுதமாய்த் தித்திக்குஞ் சிவ பெருமான் - தானேவந் தெனதுள்ளம் புகுந்தடியேற்கருள் செய்த ன் - ஊனாரும் உயிர் வாழ்க்கை ஒறுத்தன்றே வெறுத்திடவே எனவரூஉம் மணிவாசகனார் இன்பமொழிகளால் அவரது நிலை இனிது புலனாதல் காண்க.

தென்னா டுடைய சிவனே போற்றி! - எந்நாட் டவக்கும் இறைவா போற்றி! என்னும் அருண்மொழி எந்நிலையினர் திருவாக்கி னின்றும் பிறந்தது? அன்பர்களே! உன்னுங்கள். நினைப்பற நினைந்து ஆண்டவ னல்லால் பிறிதுமற் றின்மை என்னும் ஒரு பெரும் நிலையுற்ற ஒருவர் திருவாய் மலர்ந்தது, தென்னா டுடைய சிவனே போற்றி! - எந்நாட் டவர்க்கும் இறைவா போற்றி! என்னும் அருண்மொழி.

ஒரே கடவுள்

பொருள்

இனித் தென்னா டுடைய சிவனே போற்றி! - எந்நாட்ட வர்க்கும் இறைவா போற்றி! என்னும் பொருண்மீது கருத்துச் செலுத்துவோம். இப் பெருமொழியின் பொருள் வெள்ளிடை மலை. தென்னா டுடைய சிவன் எந்நாட் டவர்க்கும் இறைவன் அல்லது எந்நாட் டவர்க்கும் இறைவன் தென்னாடுடைய சிவன் என்பது அத் திருவாசகத்தின் கருத்து.

எந்நாட்டுக்கும் இறைவன் ஒருவனே. அவ்வொருவனுக்குப் பல நாட்டு மொழிகளில் பல பெயர்கள் வழங்குகின்றன. அப் பன்மைப் பெயர்கள் பெரிதும் அவ்வந் நாட்டின் இயற்கை நிலையை யொட்டிப் பிறந்திருத்தல் வேண்டும். பெயர் பல கொண்டு கடவுளர் பலர் என்னும் முடிவுக்கு வருதல் அறியாமை. ஒரு நாமம் ஓருருவம் ஒன்று மில்லாற்கு ஆயிரந் - திருநாமம் பாடி நாம் தெள்ளேணங் கொட்டாமோ என்றார் திருவாசகனார். ஒன்றே குலமும் ஒருவனே தேவனும் என்னுந் திருமூலர் மொழியும் ஈண்டு உன்னற்பாலது.

சிவம்

தென்னாட்டவராகிய நாம் இறைவனைச் சிவம் என்னுஞ் செம்மொழியால் வழுத்துகிறோம். சிவம் என்னுஞ் சொல் வட மொழியிலும் வழங்கப்படுகிறது; தென்மொழியிலும் வழங்கப் படுகிறது. தென்மொழி வல்லார் சிவம் என்பதற்குச் செம்மை யென்று பொருள் கூறுகிறார். செம்மை யென்னுஞ் சொல் பல பொருளுடையது. ஈண்டு எடுத்துக்கொண்ட பொருளுக் கேற்பச் செம்மை யென்பதற்குச் செந்நிறம் என்னும் ஒரு பொருளை மட்டுங் கொள்கிறேன். தென்னாட்டார் பரம்பொருளைச் செந்நிறமாகக் கண்டு, அதனைச் சேயென்றுஞ் சிவமென்றும் போற்றலாயினர். இதற்குக் காரணமென்னை?

இறையும் இயற்கையும்

இறைவன் ஒருநாமம் ஓருருவம் ஒன்றுமில்லாதவன். அவன் அறிவாய் யாண்டும் நீக்கமற நிற்பவன், இந்நிறத்தன் இவ்வண்ணத்தன் என்று எழுதியுங் காட்டொணாதே என்றார் அப்பர் சுவாமிகள். இத்தகை அறிவுப் பொருளின் உண்மையை எங்ஙனம் உணர்வது? அதன் வடிவான இயற்கையைக் கொண்டே அதன் உண்மையை யுணர்தல் வேண்டும். இயற்கை இறைவனது உடல். அவ்வுடலுள் உயிராயிருப்பவன் இறைவன். நமது உடலுள் உயிர் எங்ஙனம் நிலவுகிறதா அங்ஙனே இயற்கையுள் இறைவன் நிலவுகிறான். கண்கூடாகக் காணும் நமது உடலைக் கொண்டே நமது உயிருண்மை உணர்கிறோம். அதுபோலவே கண்கூடாகக் காட்சியளிக்கும் இயற்கை வடிவங்களைக் கொண்டே இறையுண்மை உணரல் வேண்டும். இயற்கைவழி இறைவனை உணர்ந்தவரே ஞானிகளெனப்படுவர்.

இயற்கையில் வெம்மை

இயற்கை முதல் ஒன்றாயினும், அது காரியப்படும் போதும் பல இயல்புடையதாய்ப் பரிணமிக்கிறது. நமது நாட்டின் இயற்கைநிலை என்னை? நமது நாடு வெம்மை செறிந்த நாடு என்று எவருங் கூறுவர். நிரட்சரேகை *(Equator)* நமது நாட்டின் பாங்கர் பாய்ந்து செல்கிறது. அக் கோட்டின் பாங்கருள்ள நாடுகள் வெம்மை செறிந்தனவா யிருத்தல் இயல்பு. இயற்கை வழி நின்று ஆராய்ந்தால் நமது நாடு வெம்மை செறிந்த நாடு என்பது செவ்வனே புலனாகும். நமது நாட்டு இயற்கையின் காரியங்களைத் துருவித் துருவி ஆய்ந்து ஆய்ந்து சென்றால் அவைகளின் காரணங்கள் யாவும் வெம்மை மயமாயிருத்தல் பெறலாம். அவ்வியற்கை வெம்மைவழி இறைவனை நமது நாட்டுப் பெரியோர்கள் உணர்ந்தார்கள்.

இறைவனுடல் இயற்கை யென்று மேலே சொல்லப்பட்டிருக்கிறது. நமது நாட்டின் இயற்கையோ வெம்மையோ அடிப் படையாகக் கொண்டது. ஈண்டு

இறைவனுக்குரிய இயற்கை வடிவம் எத்தகையதா யிருத்தல் வேண்டும் என்று உன்னுவோ மாக.

தீவண்ணம்

அதனை வெம்மைக்குரிய நெருப்பு வடிவமென்று விளக்க வேண்டுவதில்லை. அந் நெருப்பு மேனியைப் பெரியோர்கள் பலவாறு புகழ்ந்து புகழ்ந்து போற்றி யிருக்கிறார்கள். அவ்வுரை களை ஈண்டு விரிக்கிற் பெருகும். மாணிக்கவாசகனார் அருளிய திருவாசகத்தினின்றுஞ் சில பொன்மொழிகளை மட்டும் ஈண்டு அகழ்ந்தெடுத்துக் காட்டுகிறேன். தூயமேனிச் சுடர் விடு சோதி ஆதியும் அந்தமும் இல்லா அரும்பெருஞ் சோதியை விரிசுடராய் நின்ற மெய்யன் செந்தழல் போற் றிருமேனி ஈறிலாக் கொழுஞ்சுடர்க் குன்றே பார்பதம் அண்டம் அனைத்துமாய் முளைத்துப் பரந்ததோர் படரொளிப் பரப்பே சோதியாய்த் தோன்றும் உருவமே சோதியே சுடரே சூழொளி விளக்கே கடுந்தழற் பிழம் பன்ன மேனி என வரூஉ ந் சொற்மொழிகளை உற்று நோக்குக.

சேய் - சிவம்

வெம்மை நெருப்பின் நிறமென்னை? செம்மையன்றோ? அச் செம்மையைச் சேயென்றும் , சிவமென்றும் இயற்கை நுட்ப முணர்ந்த நம் முன்னோர்கள் போற்றினார்கள். செய்ய மேனி யனே செய்வகை அறியேன் என்றும், செஞ்சுடர் வெள்ளமே என்றும், ஆடகச் சீர்மணிக் குன்றே என்றும், வெம்பவள வெற்பிற் றேசுடையாய் என்றும், செக்கர்போலுந் திருமேனி திகழ நோக்கிச் சிலிர்சிலிர்த்து என்றும் வாதவூரடிகள் இறைவன் தீவண்ணத்தைச் சிறப்பித்துக் கூறுதல் காண்க. சிவத்துக்குஞ் செம்மேனிக்கு முள்ள தொடர்பை, சிவனெனு நாமம் தனக்கேயுடைய செம்மேனி எம்மான் என்று அப்பர் சுவாமிகளும் விளக்கி யிருத்தலை ஓர்க. வேறு பல ஆன்றோர் கள் இறைவன் தீவண்ணத்தைக் குறித்துப் பாடிய பாக்கள் பலப்பல. அவைகளை ஈண்டு விரிக்கிற் பெருகும்.

இறைவனது இயற்கை வடிவஞ் செக்கச் செவேலெனத் திகழ்தல் நோக்கி மாணிக்கவாசகனார் தென்னாடுடைய சிவனே போற்றி என்று வழுத்தி, அச்சிவனே மற்ற நாடுகளின் இயற்கைக் கேற்ப வெவ்வேறு பெயரான் அழைக்கப்படும் இறைவன் என்பதை அறிவுறுத்தப் பொதுவாக எந்நாட்ட வர்க்கும் இறைவா போற்றி என்றருளிச் செய்தார்.

இறைவன் என்னுந் தமிழ்ச் சொற்கு யாண்டும் நிறைந் துள்ள ஒருவன் என்பது பொருள். தென்னாடுடைய சிவனே எந்நாட்டவர்க்கும் இறைவன் அல்லது எந்நாட்டவர்க்கும் இறைவன் இத் தென்னாடுடைய சிவன் என்று போற்றப்படுகிறா னென்க.

இறைவன் ஒருவனே என்பதை முன்னர் இரண்டோர் உரைகளால் விளக்கியுள்ளேன். அக்கருத்தை மீண்டும் வலி யுறுத்துகிறேன். தென்னாடுடைய சிவனே எந் நாட்டவர்க்கும் இறைவன் என்று பன்னிப் பன்னி அடிக்கடி சொல்ல வேண்டுவ தில்லை.

இறைவனை எவர் எப்பெயரான் போற்றினாலென்ன? மொழி வேற்றமையைப் பொருள் வேற்றுமையாகக் கோடல் அறியாமை. இவ்வறியாமை சிலவிடங்களில் சமயவெறியூட்டுவ தாகிறது.

சமரசம்

நந்தமிழ்ப் பெரியோர்கள் சமரசத்தையே அறிவுறுத்திச் சென்றார்கள். அச்சமரச நுட்பத்தை ஈண்டு விரிப்பின் அஃதொரு நீண்ட சொற்பொழிவாகுமே என்று அஞ்சுகிறேன். ஆகவே, சில உரைகளால் மட்டும் அச் சமரசத்தை விளக்கிச் செல்ல விரும்புகிறேன்.

அப்பர் சுவாமிகள்

இங்கே அப்பர் சுவாமிகள் வரலாறு நினைவிற்கு வரு கிறது. அப்பர் சைவ சமயத்தில் பிறந்தாரென்றும், பின்னர் சமண

சமயம் புகுந்தாரென்றும், மீண்டும் சைவ சமயம் சார்ந்தா ரென்றும் அவர் வரலாறு சொல்கிறது. இப் போக்கு வரவெல் லாம் ஒரே கடவுள் நெறியில் நிகழ்தற்கு இடனுண்டோ? அன்பர் களே! உன்னுங்கள். பின்னை அப்பர் வரலாறு பொய்ம்மையா? அவ்வரலாற்றின் உண்மைகாண முயல்வதே அறிவுடைமை.

இருநிலை

இறையருள் பெறாது சமய நுட்பங்களைக் கலையளவில் ஆராயுங்கால் மக்கட்குப் பல கடவுளுணர்வு பல சமயவுணர்வு தோன்றுதல் இயல்பு. ஆண்டவன் அருள் நிலை கூடப்பெற்ற வர்க்குப் பன்மை உணர்வு அறுந்து ஒருமை உணர்வு அரும்பும். இங்கே அப்பர் நிலையை இரு கூறாகப் பிரித்துக் கொள்ளல் வேண்டும். ஒன்று இறையருள் பெறாத நிலை; மற்றொன்று இறையருள் பெற்ற நிலை. அப்பர் சுவாமிகள் முதல் முதல் கொண்ட சைவ சமயம் அவர் தாய் தந்தையர்வழி நின்று கொண்டது. பின்னே நூல்களை ஆ!!! ஆய அவர்க்குச் சமண சமயம் மெய்ச்சமயமெனத் தோன்றிற்று. அவர் அச்சமயம் புகுந்தார். அவர் தவம் அவர்க்கு ஆண்டவன் அருள் நெறியைப் பின்னே கூட்டிற்று. அவ்வருள் நெறி நின்று அப்பர் தமது பழைய நிலையை உன்னுகிறார். முன்னர்ச் சைவனா யிருந்த போது ஒரு கடவுளையும் பின்னர் சமணனாயபோது மற்றொரு கடவுளையுமா போற்றிக் கொண்டிருந்தோம்? அப்போற்றலை ஒரு கடவுளும், இப் போற்றலை வேறொரு கடவுளும் ஏற்க வில்லை என்பது இப்பொழுது புலனாகிறது. இரண்டையும் ஒரே கடவுள் ஏற்றல் இப்பொழுது விளங்குகிறது என்னுங் கருத்துத் தோன்ற சலம்பூவொடு தூப மறந்தறியேன், தமிழோடிசை பாடல் மறந்தறியேன், நலந்தீங்கிலும் உன்னை மறந்தறியேன், உன்நாமம் என்னாவில் மறந்தறியேன் என்று பாடினார். இச்சமரசமே ஆண்டவன் அருள்நெறி என்பது இதுவே தமிழ் நாட்டுப் பெரியோர்கள் அறிவுறுத்திய சிவநெறி யாகும். இந்நெறி பின்னால் பலவாறு திரிக்கப்பட்டது. அப்பர் சுவாமிகள் அருளிய சலம் பூவொடு என்னுந் திருப்பாட்டின்

உள்ளக்கிடக்கை இதுதானா? காலத்துக்கேற்ற முறையில் நீங்கள் இவ்வாறு அதைத் திரித்துக் கூறுகிறீர்களா என்று சிலர் வினவ லாம். அப்பர் சுவாமிகள் பலவிடங்களில் சமரசக் கருத்தைப் பெய்து பாடியிருக்கிறார். அவைகளுள் ஈண்டொரு திருப் பாடலை எடுத்துக் காட்டுகிறேன்:

வாது செய்து மயங்கு மனத்தராய்
ஏத சொல்லுவீ ராகிலு மேழைகாள்
யாதோர் தேவ ரெனப்படு வார்க்கெலாம்
மாதே வனலால் தேவர்மற் றில்லையே.

இத் திருப்பாடலால் அப்பர் சுவாமிகளின் சமரச உணர்வு தெற்றென விளங்குதல் காண்க.

தமிழ்ப் பெரியோர்கள் ஒரே கடவுள் என்னும் உண்மையில் உறைந்து நின்றவர்கள் என்பதற்குச் சான்றுகள் பல உண்டு. அவைகளை ஈண்டு விரித்துக்கூற வேண்டுவதில்லை. மொழி களின் பன்மைகொண்டு கடவுளுக்கும் பன்மை கூறல் அறியாமை. அறுவகைச் சமயத் தறுவகையோர்க்கும் வீபேறாய் நின்ற விண்ணோர் பகுதி என்றும், வணங்கு நின்னை மண்ணும் விண்ணும் என்றும் மணிவாசகனார் அருளிய மெய்யுரைகளின் உள்ளக்கிடக்கையை உணர்க.

இறைவன் ஒருவனே. அவன் இத் தென்னாட்டில் சிவன் என்னும் பெயரால் போற்றப்படுகிறான். அவ்விறைவனாஞ் சிவனை மெய்யறிவால் உணர்ந்த தமிழ்ப் பெரியோர்கள், அவனை எவ்வெவ்வாறு வழுத்தினார்கள் என்பதைச் சிறிது ஆராய்வோம்.

சிவனுரு அருவு மல்லன் சித்தினோ டசித்து மல்லன் என்றார் அருணந்தி சிவனார். யார் அறிவார் எங்கள் அண்ணல் பெருமையை, யார் அறிவார் அந்த அகலமும் நீளமும், பேர் அறியாத பெருஞ்சுடர் ஒன்றதன், வேர் அறியாமல் விளம்புகின் றேனே என்றார் திருமூலனார். மாணிக்கவாசகனார் திரு மொழியில் சிலவற்றைப் பார்ப்போம். பாதாளம் ஏழினுங்கீழ் சொற்கழிவு பாதமலர்

உள்ளப்படாத திருவுருவை கீதமினிய குயிலே கேட்டியே லெங்கள் பெருமான், பாதமிரண்டும் வினவிற் பாதாள மேழினுக்கப்பாற், சோதி மணிமுடி சொல்லிற் சொல்லிறந்து நின்ற தொன்மை, ஆதிகுண மொன்று மில்லா னந்தமிலான் வரக் கூவாய் எண்ணுதற் கெட்டா எழிலார் சுழல் மாற்ற மனங்கழிய நின்ற மறையோனே போக்கும் வரவு மிலாப் புண்ணியனே - இத் திருமொழிகளை நோக்குக.

சிவனை உணரும் வழி

எந்நாட்டவர்க்கும் இறைவன் - நமது தென்னாடுடைய சிவன் - மாற்ற மனங்கடந்து, ஊர்பேரின்றி, ஆதியந்தமின்றி இருக்கிறான் என்று ஆன்றோர் கூறிப்போந்தனர். அச் சிவனை எப்படி உணர்வது? சிவன் உணர இயலாத ஒருவனா? என்று ஐயுற இடனுண்டு. சிவன் மாற்ற மனங்கடந்தவன், போக்கு வரவு மிலாப் புண்ணியன், ஒரு நாமம் ஓருருவ மில்லாதவன் என்றருளிய நமது பெயரியார், சிவனை உணராது அவ்வுரை களைப் பகர்ந்திரார். அவர் எங்ஙனம் உணர்ந்தார்? நினைப்பற நினைந்தேன் நீயலால் பிறிதுமற் றின்மை என்று உணரும் வழியை அப் பெரியார் காட்டா நிற்கிறார்.

இறைவன் இயல்பு

மாற்ற மனங்கடந்த ஒன்றை மாற்ற மனங்கடந்தே பார்த்தல் வேண்டும். போக்கு வரவிலா ஒன்றை மன ஓட்டமில்லா விடத்தி லிருந்தே நோக்கல் வேண்டும். கருவி கரணங்களில்லா ஒன்றைக் கருவிகரணங் கடந்து நின்றே காண்டல் வேண்டும். பருவுடல் உணர்வுமட்டுங்கொண்டு மாற்ற மனங்கடந்த இறைவன் எங்கே என்றால் எங்கே எங்கே என்று தான் ஏங்கியொழிதல் வேண்டும். உரையுணர்வு இறந்துநின்று உணர்வதோர் உணர்வே எனவரூஉம் இன்னுரையை உற்று உற்று ஊன்றி ஊன்றி நோக்குவோமாக, உணர்வதோர் உணர்வே என்று முழுமுதற் பொருளை நம் பெருமான் விளிக்கிறார். எந்நிலையில் நின்று அச் செம்பொருளை உணர்வது என்பதை அன்பர் உலகிற்கு

உணர்த்தாமற் போகவில்லை. அந்நிலை எது? உரையுணர்வு இறந்து நிற்கும் நிலை என்று அடிகள் அறிவுறுத்துகிறார். அப் பெருநிலையே நினைப்பற நினைக்கும் நிலையென்க. நினைப்பற நினைக்கும் நிலையில் இறைவ னல்லால் பிறிதுமற்றின்மை என்னுங் காட்சி பெறுதல் கூடும். இந்நிலை "நின்றே மாணக்க வாசகனார் நினைப்பற நினைந்தேன் நீயலால் பிறிதுமற் றின்மை***" என்று இறைவனுண்மையை இனிதெடுத் துரைக் கிறார்.

நினைப்பற நினைக்கும் ஒரு நிலை, பருவுடல் நுண்ணுடல் கடந்த ஒரு நிலை; கன்மம் தேய்ந்து ஆணவம் ஒடுங்கும் ஓர் உணர்வு நிலை. அந் நிலையில் இறைவன் திருவருள் பதியும். அத் திருவருளால் இறைவன் யாண்டும் நீக்கமற நிறைந்து நிற்கும் உண்மையை உணரக் கூடும். இந்நிறத்தன் இவ்வண்ணத்தன் இவனிறைவன் என்றெழுதியுங் காட்டொணாதே என்ற அப்பரெம் பெருமானார், அவனருளே கண்ணாகக் காணினல் லால் இந்நிறத்தன்*** காட்டொணாதே என்று ஆண்டவன் அருளால் அவனுண்மை உணர்தலைத் தெரித்தல் காண்க. அவனருளாலே அவன் தாள் வணங்கி என்றார் மணிவாசகனாரும்.

அகக்கண்

ஆண்டவனருளால் அகக்கண் திறக்கப்பெற்ற மெய்யடியார் கட்கு இயற்கையினூடே ஆண்டவன் நீக்கமற நிறைந்து நிற்றல் செவ்விதற் புலனாகும். அக் கண் திறக்கப் பெறாதார்க்கு அந் நிறைவு புலனாதலில்லை. இறைவனுக்கு, இயற்கை உடலாகப் பொலிதலை மெய்யடியார்கள் சாத்திர வாயிலாகவும், தோத்திர வாயிலாகவும் உலகிற்குப் பலபட விளக்கிப் போந்தார்கள்.

காவியங்கள் முதலியன

இயற்கை இறைவன் வடிவம் என்பதை உணர்த்த உலகில் எழுந்த பாக்கள் எத்தனை! காவியங்கள் எத்தனை! நாடகங்கள் எத்தனை! அப் பாக்களையும் காவியங்களையும் நாடகங்களை

யும் படிக்க படிக்க, அவைகளின் அழகில் அறிவு படியப் படிய, கருவி கரணச் சேட்டைகள் ஒடுங்கி இயற்கை வடிவான இறை இன்பத்தில் திளைக்கும் பேறு பெறலாம். கதைகட்கு மட்டுங் காவியங்களைப் படித்தலால் விளையத் தக்க பயன் விளையாது.

இயற்கை இறைவனுடல்

இறைவன் இயற்கையை உடலாக் கொண்ட உயிர் என்பதை நந்தமிழ்ப் பெரியோர்கள் செவ்வான உள்ளங்கை நெல்லிக் கனிபோல் விளங்கச் செய்திருக்கிறார்கள். அத் திருவாக்குகளில் இரண்டொன்று வருமாறு: :உலகமே வடிவமாக யோனிகள் உறுப்பதாக - இஃது அருணந்தி சிவத்தின் திருவாக்கு. இரு நிலனாய்த் தீயாகி நீருமாகி இயமானனாய் எறியுங் காற்றுமாகி, அருநிலைய திங்களாய் ஞாயிறாகி ஆகாசமா யட்ட மூர்த்தி யாகிப், பெருநலமுங் குற்றமும் பெண்ணுமாணும் பிறருருவுந் தம் முருவுந் தாமேயாகி, நெருநலையா யின்றாகி நாளையாகி நிமிர்புன் சடையடிகள் நின்றவாறே - இஃது அப்பர் தேவாரம். திருஞானசம்பந்தப் பெருமான் பலவிடங்களில் தமது பாக்களில் இயற்கையையும், இறைவனையும் அழகொழுகப் பாடியிருத்தல் ஈண்டுக் கருதற்பாலது. இயற்கையாம் அன்னையையும் இறைவ னாம் அப்பனையும் திருஞானசம்பந்தர் தமது இனிய பண்ணிசைப் பாக்களில் ஓவியமாக வரைந்திருக்கிறார். இந் நோக்குடன் அவர் தேவாரப் பண்ணிசைப் பாக்களை ஆராயு மாறு அன்பர்களை வேண்டுகிறேன்.

எழுந்துலகை நலிந்துழலு மவுணர்கடம்
புரமூன்று மெழிற்க ணாடி
உழுந்துருளு மளவையினொள் ளெரிகொளவெஞ்
சிலைவளைத்தோ னுறையுங் கோயில்
கொழுந்தரள நகைகாட்டக் கோகநத
முகங்காட்டக் குதித்து நீர்மேல்
விழுந்தகயல் விழிகாட்ட விற்பவளம்

வழிகாட்டு மிழலை யாமே
உரைசேரு மெண்பத்து நான்குநூ
றாயிரமாம் யோனி பேதம்
நிறைசேரப் படைத்தவற்றி னுயிர்க்குயிரா
யங்கங்கே நின்றான் கோயில்
வரைசேரு முகின்முழவ மயில்கள் பல
நடமாட வண்டு பாட
விரைசேர்பொன் னிதழிதர மென்காந்தள்
கையேற்கு மிழலை யாமே

இத் திருப்பாட்டுகளை நோக்குக.

தென்னா டுடைய சிவனே போற்றி - எந்நாட் டவர்க்கும் இறைவா போற்றி என்னுந் திருவாசகத்தை நமக்களித்த தமிழ்ப் பெருமானார் நமது மாணிக்கவாசகனாரும், இறையின் உடலாக இயற்கை இலங்குதலை இனிது ஓதியிருக்கிறார்.

அம்பரமே நிலனே அனல் காலொ டொப்பா னவனே
நிலநீர் நெருப்புயர் நீள்விசும்பு நிலாப்பகலோன்
புலனாய மைந்தனோ டெண்வகையாய்ப் புணர்ந்து நின்றான்
உலகே ழெனத்திசை பத்தெனத்தா னொருவனுமே
பலவாகி நின்றவா தோணோக்க மாடாமோ

இம் மெய்ம்மொழிகளில் இறைவன் இயற்கையில் கோயில் கொண்டுள்ள ஒழுங்கை ஓர்க.

மக்கள் அறியாமை

இறைவன் இயற்கை வடிவினனாயின், எமக்கு அவ்விறைவ னுண்மை புலனாகவில்லையே. எமக்கு இயற்கைத் தோற்ற மட்டுமன்றோ புலனாகிறது? என்று பெத்த நிலையிலுள்ள என் போன்றார் வினவலாம். எனக்குப் புலனாகாத எல்லாவற்றையும் பொய்யென்று யான் கூறுவது அறிவுடைமையாமா? உலகியற் பொருள்களிலேயே ஒருவர் உணர்ந்ததை மற்றொருவர் உணராது வாழ்கிறார். ஒன்றை உணராது வாழ்வோர், அவ்வொன்றன் உண்மையை மறுப்ப

தழகாமோ? வான நூல் வல்ல ஒருவனுக்கு நிலத்திலுள்ள பல நுட்பங்கள் தெரிவதில்லை. அங்ஙனே நில நூல் ஆராய்ச்சியுடைய ஒருவனுக்கு வானக்கோள் நுட்பங்கள் பல தெரிவதில்லை. இதனால் அவன் நில நுட்பங்களை மறுத்தும், இவன் கோள் நுட்பங்களை மறுத்துங் கூறவேண்டுங்கொல்? மறுப்பதைப் பார்க்கினும் அவ்வத்துறைபற்றி உழைத்து உண்மை காண்டலே அறிவுடைமை.

நம்பிக்கை

ஐலண்டின் இருப்பைப் பூகோள நூல் வாயிலாகவும், பிற வாயிலாகவும் அறிந்திருக்கிறோம். ஐலண்டை யான் நேரே பாராது அதன் இருப்பை யான் ஏற்கமாட்டேன் என்று ஒருவன் வாதம் புரிந்தால் நாம் என் செய்வது? அவன் நிலை குறித்து இரங்கவேண்டுவதே. ஒவ்வொன்றையும் ஒவ்வொரு வருங் கண்ட பின்னரே நம்புவதென்பது இயலாத தொன்று. சில வற்றைச் சிலரே காண்பர். வேறுசிலர் அதை நம்பி ஆராய்ந்து உண்மை காணவே முயலல் வேண்டும். ஆராய்ச்சித் துறையில் நண்ணுதற்கு முன்னரே அவநம்பிக்கை என்னும் பேயை மணப்போர்க்கு சூந்யம் என்னும் பாழுஞ் சேயே பிறக்கும். என் செய்வது?

ஆராய்ச்சி

பெத்த நிலையிலுள்ள என் போன்றார் இறையுண்மை புலனாகவில்லையே என்று அதனுண்மையை மறுத்து வாழ்தல் கூடாது. கண்ணுக்குப் புலனாகும் இயற்கையென்னும் உடலை ஆராய்ந்து உன்ன உன்ன இறையுண்மையில் ஐயந் தோன்றாது. அவ்வாராய்ச்சியான் முதலாவது ஐயத்தைப் போக்கும் ஒருவித உணர்வு பெறுதல் ஒருதலை. அவ்வுணர்வு இறை உண்மையை நிறுவிக்காட்டும் அவ்வுணர்வு கொண்டு மெய்யுணர்வு பெற முயலவேண்டுவது மகன் கடமை.

இயற்கையின் உள்ளுறையாய் ஒளிருஞ் செம்பொருளைக் காண்டற்கு நினைப்பற நினைக்கும் மெய்யுணர்வு வேண்டற்

பாலது என்று மேலே சொல்லப்பட்டிருக்கிறது. அவ்வுணர் வினர்க்கு இயற்கையினூடே இறை கோயில் கொண்டிருத்தல் புலனாகும். மற்றவர்க்கோ இயற்கை மட்டும் புலனாகும். இங்ஙனமாயின் மெய்யுணர்வு பெறாதார் கதி என்னை? அவர்கட்குக் கடவுள் காட்சி வேண்டாமா? அவர்கள் அக் காட்சியை எங்ஙனம் பெறுவது? அப் பேற்றிற்குறிய வழி யாது?

பருவுடல் உணர்வுடனும், உருவங்களையே கருதவல்ல கட்டுப்பட்ட மன உணர்வுடனும் வாழ்வோர், எங்கும் நீக்கமற நிறைந்துள்ள அகண்டத்தை - உறுப்பிலா ஒன்றை - மாற்ற மனங்கடந் தொளிரும் மணியை - எங்ஙனம் போற்றுவது? எங்ஙனம் வழிபடுவது? இரு நிலனாய்த் தீயாகி நீருமாகி*** ஆண்டவன் நிற்கிறானெனில், எனக்கு காடுஞ் செடியும் மலையுங் கடலுமே தோன்றுகின்றன. அவைகளினூடேயுள்ள பொருளுண்மை எனக்குப் புலனாகவில்லை. யான் என் செய்வேன் என்றே கேட்பேன்.

பெரியோர்கள் இரக்கம்

இயற்கையினூடே இறையெனும் உயிரை நினைப்பற நினைந்து கண்ட பெரியோர்கள், தங்கள் அளவில் கடவுள் இன்பத்தைத் துய்த்துச் சென்றார்களில்லை. அவர்கள் அருளாளர்கள்; நான் பெற்ற இன்பம் பெறுக இவ் வையகம் என்னங் கருத்துடையார்கள். அவர்கள் பெத்த நிலையிலுள்ள உயிர்களை மறந்தார்களில்லை. அவ்வுயிர்கள் மீது கொண்ட கருணையாலன்றோ அவர்கள் மறை மொழிகளை உலகிற்கு உதவிச் சென்றார்கள்? நினைப்பற நினைந்து இறைவனல்லால் பிறிது மற்றின்மை கண்ட மணிவாசகனார் எற்றுக்குத் திருவாசக மென்னுந் தேனைச் சொரிந்தார்? மற்றவர்களும் தேவாரம் திருவாய்மொழி முதலிய மறைகளை ஏன் அருளினார்கள்? மெய்யடியார்கள் நமக்குப் புரிந்துள்ள உதவியை என்னென்று கூறவல்லோன்? என் ஒரு நாவால் கூறவல்லேனோ?

பிறநாட்டுப் பெரியோர்கள்

அன்பர்களே! தமிழ் நாட்டில் - தென்பாண்டி நாட்டில் - தூத்துக்குடியில் - சைவ சித்தாந்த சபையில் - நின்று பேசுதலால், தமிழ் நாட்டுப் பெரியோர்களையுஞ் சைவப் பெரியோர்களை யும் அடிக்கடி குறித்து வருகிறேன். மற்ற நாடுகளில் தோன்றிய மெய்யடியார்களும் ஆண்டவன் அருள் பெற்றவர்களே. அவர் களும் மறைமொழிகளை வழங்கிச் சென்றார்கள். அவர்களும் பெத்த நிலையிலுள்ளவர்கட்குக் கால வர்த்தமானங்களை யொட்டிப் பல முறைகள் கோலிச் சென்றார்கள். உலகில் தோன்றிய அடியவர்கள் கோலியுள்ள முறைகளில் வேறுபா டிருத்தல் உண்மை. ஆனால் அடிப்படையாகவுள்ள அறமுதலில் வேற்றுமையில்லை என்பதைத் தெரிவித்துக்கொள்கிறேன். முறைகள் எப்பொழுதும் காலதேச வர்த்தமானங்களை யொட்டி எழுவன. அவைகளில் வேற்றுமை யுறுதல் இயல்பு. அவ் வேற்றுமைகளையே சமயங்களாகக் கொண்டு போரிடுவது அறியாமை.

திறவு

நந் தமிழ்நாட்டிற் றோன்றி, ஆண்டவனுண்மையை யாண்டுங்கண்ட பெரியோர்கள் பெத்த நிலையிலுள்ள மக்கட்கு எவ்வழியில் துணை புரிந்தார்கள் என்பதே இப்பொழுது எடுத்துக்கொள்ள வேண்டிய பொருள். இறைவன் திருஉருவோ உள்ளப்படாதது. உள்ளப்படாத திருஉருவைக் கட்டுப்பட்ட உள்ளமுடையோர் எங்ஙனம் உள்ளுவது? நேயர்களே! இங்கேதான் சைவ சமயத்தின் திறவு இருக்கின்ற இடம். இத் திறவுகொண்டே சைவக் கோயிலெனும் இயற்கைக் கோயிலின் வாயிலைத் திறந்து எந்நாட்டவர்க்கும் இறைவனாகவுள்ள தென்னாடுடைய சிவனைக் காணல் வேண்டும். அத் திறவு எது?

பெரிய உருவங்களைச் சிறிய உருவங்களாகவும், சிறிய உருவங்களைப் பெரிய உருவங்களாகவுங் காட்டுங் கருவி

களிருத்தல் நமக்குத் தெரியும். வானத்துள்ள கோள்களின் அளவுப் பெருக்கை உன்னிப் பார்ப்போம். அப் பெருக்கை என்னென்று கூறுவது?

நாம் வாழும் பூமியைப் பார்க்கினும் பருமனுள்ள கோள் களிலிருக்கின்றன. அத்தகைக் கோள்கள் அணித்தே தோன்றுவது போல, அவைகளைக் காட்டுங் கருவிகள் காணப்பட்டிருக் கின்றன. அளவிலே பூமியினும் பருத்து விளங்குங் கோள்களைப் படமெடுத்தும், ஓவியமெழுதியும் இப் பூமியில் மாணாக்கர் கட்கு அவைகளின் நுட்பங்கள் அறிவுறுத்தப்படுகின்றன. முதலில் படத்தில் ஓவியத்தில் கோள்களைக் காணும் மாணாக்கன், பின்னே கருவிகள் வாயிலாகவும், பிற வாயிலாகவும் இயற்கைக் கோள்களைப் பார்த்துப் படிக்கப்போகிறான்.

நமது உடலளவை முன்னே நோக்குவோம். பின்னே கோள்களின் வடிவங்களை உணர்த்துங் கருவியின் முன்னே நின்று நமது உடலளவை நோக்குவோம். அந்தோ! முன்னதற்கும் பின்னதற்கும் எத்தனை வேற்றுமை! அணுவுக்கும் மலைக்கும் உள்ள வேற்றுமை! துளிக்கும் கடலுக்கும் உள்ள வேற்றுமை! பெரும் பெரும் மலைகளும், பெரும் பெரும் காடுகளும், பெரும் பெரும் மேக மண்டலங்களும் ஒன்றோ டொன்று பின்னித் தொடர்ந்து கிடக்கும் ஒரு வடிவோயாம் என்னும் நினைவுந் தோன்றும். நமது உடற்பருமை நமது எண்ணத்தையுங் கடந்தோடுகிறது.

சிலர் தமது வடிவை அணுவுருவாகப் படமெடுத்து அதை மோதிரக் கல்லின் அடியில் பதித்து, அடிக்கடி அதைப் பார்த்துப் பார்த்து மகிழ்வுறுவதுண்டு. மோதிரத்தில் மனிதனுடல் எத்துனைச் சிறிய அணுவாகக் காட்சியளிக்கிற தென்பது கருதற்பாலது. இன்னும் உலகியல் எடுத்துக் காட்டுகள் வேண்டுவதில்லை. இவ்வளவில் நின்று எடுத்த பொருண் மீது செல்கிறேன்.

இறைவன் அங்கிங்கெனாதபடி எங்கும் நீக்கமற இயற்கை யினூடே நிற்கிறான். உள்ளப்படாத அவன் உருவை என் போன்றார் எங்ஙனம் உள்ளுவது? என் போன்றோர் அப் பெரு வடிவை உள்ளும் முறையில், நினைப்பற நினைந்து இறைவ னல்லால் பிறிது மற்றின்மை கண்ட அகக்கண்ணாளர் கள் அருள்வழி கோலியிருக்கிறாகள். அவ் வழியே சைவ சமயத் தின் திறவு என்க.

அகண்டாகாரப் படம்

ஆண்டவனது அகண்டாகாரத்தை ஒவ்வொரு பெரியார் ஒவ்வொரு விதமாகப் படமெடுத்து நமக்கு வழங்கியிருக்கிறார். அவ்வடிவைப் பெருக்கிப் பெருக்கிச் சென்றால் இறைவனது இயற்கையகண்டம் உணர்வில் விளங்கும். பெருக்கிச் செல்லும் அவ்வழியே, வழிபாடென்பது. மனிதனிடத்திலுள்ள அழுக்காறு அவா வெகுளி முதலியன ஒடுங்க ஒடுங்க ஆண்டவன தகண்டம் படிப்படியாக விளங்கிக்கொண்டே போகும் இறைவன் திருவுருவ விளக்கம் மனிதனது தீ நீர்மை விலக்கின் அளவைப் பொறுத்து நிற்கிறது.

திருஞான சம்பந்தர்

இறைவனது உள்ளப்படாத திருவுருவைப் படம் பிடித்த பெரியோர் பலர். அவருள் முதலில் திருஞான சம்பந்தரை எடுத்துக் கொள்வோம். அவர் இறைவன் இயற்கை வடிவை எங்ஙனம் உலகிற்கு விளக்கிக் காட்டினார் என்பதைச் சிறிது ஆராய்வோம். திருஞான சம்பந்தர் ஆண்டவனருளால் ஆண்ட வனது உருவற்ற நிலையை உணர்ந்தவர். அவர் ஆண்டவன் அறிவாய் யாண்டும் நீக்கமற நிறைந்திருத்தலை அறிந்தவர்.

இன்னவுரு இன்னநிறம் என்றறிவதேல் அரிது

எனவும்,

புவி முதலைம் பூதமாய்ப் புலனைந்தாய் நிலனைந்தாய்க் (கரண நான்காய்
அவையவை சேர் பயனுருவாய் அல்ல வுருவாய் நின்றான்

என வரூஉம் அவர் திருவாய் மொழிகளை நோக்குக.

இப் பெருவடிவைப் பெத்த நிலையிலுள்ள மக்கள் எங்ஙனம் ஆராய்வது? பெத்த நிலை ஆராய்ச்சி நாத்திக உணர்வையே நல்கும். அவ்வுணர்வு மக்களிடை அரும்பாதவாறு காக்க ஞான சம்பந்த வள்ளல் கருணையால் வாய் மலர்ந்த அருள்மொழிகள் பல உண்டு. அவைகளில் இரண்டொன்று வருமாறு :

ஆட்பா லவர்க்கருளும் வண்ணமும் ஆதி மாண்பும்
கேட்பான் புகில்அள வில்லை கிளக்க வேண்டா
கோட்பா லனவும் வினையுங் குறுகாமை யெந்தை
தாட்பால் வணங்கித் தலைநின் றிவைகேட்கத் தக்கார்,
ஏதுக்க ளாலு மெடுத்த மொழியாலு மிக்குச்
சோதிக்க வேண்டா சுடர்விட்டுளன் எங்கள் சோதி
மாதுக்க நீங்க லுறுவீர் மனம்பற்றி வாழ்மின்
சாதுக்கண் மிக்கீ ரிறையே வந்து சார்மின்களே.

வழி

இத் தேவாரங்களால் இறைவன் இயல்பு, புலனறிவு ஆராய்ச்சி ஏதுக்களில் அடங்காத ஒன்று என்பதும், புலனறிவிற் கெட்டும் ஒன்றை மட்டும் உணரக்கூடிய பெத்த நிலையி லுள்ளார் தமது கட்டுப்பட்ட அறிவு கொண்டு, மாற்ற மனங் கடந்து நிற்கும் ஒன்றை உணர இயலாதென்பதும், ஐயந்திரிபு வழிகளில் நுழையாது வழிபாட்டி லிறங்குதல் அறிவுடைமை என்பதும் பெறப்படுதல் காண்க. இது குறித்து முன்னருஞ் சில உரை பகர்ந்துளேன். அவைகளை மீண்டும் ஈண்டுத் திருப்பிக்கூற வேண்டுவதில்லை. ஈண்டு நாம் வேண்டி நிற்பது ஒன்றே. அஃதென்னை? மாற்ற மனங்கடந்து, இயற்கையை உடலாகக் கொண்டு, தென்னாடுடைய சிவனாய், எந் நாட்டவர்க்கும்

இறைவனாய் நிற்குஞ் செம்பொருளைப் புலனறிவில் கட்டுப் பட்டுக் கிடப்போர் எங்ஙனம் உன்னுவது என்பதேயாகும். அதற்கு ஞானசம்பந்தப் பெருந்தகையார் கேட்பான்புகில் அளவில்லை என்றும், ஏதுக்களாலும் எடுத்த மொழியாலும் மிக்குச் - சோதிக்க வேண்டாம் என்றும் மக்கட்கு அறிவு கொளுத்தி, தாட்பால் வணங்கித் தலை நின்று என்றும், மனம் பற்றி வாழ்மின் என்றும் வழி காட்டுகிறார்.

திருவுருவப் படம்

எதைக்கொண்டு தாட்பால் வணங்குவது? மனம் பற்றுவது? அதற்குப் பெருமான், உள்ளப்படாத ஆண்ட வன் திருவுருவை என் போன்றார் உள்ளும் முறையில் படம் பிடித்துத் தருகிறார். அப் படம் ஆண்டவனது அகண்ட இயற்கை வடிவின் இயல்பைத் தன்னகத்தே கொண்டதென்க.

தோடுடைய செவியன் விடையேறி ஓர் தூவெண் மதிசூடி
காடுடை ய சுடலைப் பொடிபூசி என்னுள்ளங் கவர் கள்வன்

இத் தேவாரப்படத்தை உற்றுஉற்று நோக்குவோம்; ஊன்றி ஊன்றி உன்னுவோம். இறைவனை இன்னவுரு இன்ன நிறம் என்றறிவ தேல்அரிது என்று கூறிய ஞான சம்பந்தர் - "புவி முதல் ஐம்பூதமாய் ***" என்று புகன்ற ஞானசம்பந்தர் - அவ்விறைவனை ஈண்டுத் தோடுடைய செவியன் விடையேறி ஓர் தூவெண்மதிசூடி - காடுடைய சுடலைப் பொடிபூசி என்னுள்ளங் கவர்கள்வன் என்கிறார். இதன் நுட்பமென்னை? உள்ளப் படாத இறைவன் திருவுருவம் பெத்தர்கள் உள்ளத்தில் படியு மாறு ஞான சம்பந்தர் அருள் செய்திருக்கிறார்.

திருவுருவம்

கோள்களைப் பற்றியும் அவைகளின் படங்களைப் பற்றியும் மேலே யான் புகன்ற உரைகளை ஈண்டு நினைவூட்டிக் கொள் ளுங்கள். இறைவனை இன்னஉரு இன்ன நிறம் ஒன்றுமில்லா தவன் என்று உன்னும்போது எனது உள்ளத்தில் என்னபடி

கிறது? ஒன்றும் படிவதில்லை. அவ்விறைவனைத் "தோடுடைய செவியன் விடையேறி***" என்று நினைக்கும்போது எனது உள்ளத் தில் இறைவன் வடிவம் படிகிறது. இத் திருவடியே பெரியோர் களால் உலகிற்கு வழங்கப்பெற்ற அருள்வடிவம்.

உருவ வழிபாடு

எங்குமுள்ள ஆண்டவனை இப்படியா நினைப்பது? அஞ்ஞானம் அஞ்ஞானம் என்று சிலர் கருதலாம். அம் மெய்ஞ் ஞானிகளைப் பற்றிய பேச்சே ஈண்டு வேண்டுவதில்லை. உணர்வு கடந்த ஒன்றை உணர்வு கடந்து உணரும் நிலை கூடும் வரை, உருவ வழிபாடு இன்றியமையாது வேண்டற்பாலதே. இக் கருத்துக் கொண்டே மெய்யடியார்கள் உருவ வழிபாட்டைப் பெரிதும் உலகிற்குக் வலியுறுத்திச் சென்றார்கள். இல்லையேல் வாயால், அங்கிங்கெனாதபடி எங்குமுள்ள கடவுள் என்று சொல்லி கொண்டே, மனதில் சூந்ய உணர்வுடன் வாழ்தல் நேரும்.

ஒரே உருவம்

மனம் பற்றி நிற்பதற்கு ஒன்று வேண்டும். அவ்வொன்றே உருவ வழிபாடு. மனத்தைக் கவரும் அவ்வுருவம் எத்திறத்த தாகவும் இருக்கலாம். அதைப்பற்றிய கவலை எவருக்கும் வேண்டுவதில்லை. எவ்வுருவு கொள்ளினும் அவ்வுருவை இறைவன் திருப்படம் என்றுமட்டுங் கொண்டால் போதும். ஆனால் ஒருவன் தொடக்கத்தில் ஆண்டவன் நிலையிலே பல உருவங்களை நினைத்தல் தவறு. ஒவ்வொருவரும் தமது மனத்தைக் கவரும் ஓர் உருவையே ஆண்டவன் நிலையில் கொண்டு போற்றுதல் சிறப்பு. இதைப்பற்றி ஈண்டு விரிவிரை வேண்டுவதில்லை.

இயற்கையை உடலாகக் கொண்ட இறைவனைக் குறிக்கும் எப்படத்தையும் நல்லறிவு கொண்டு ஆராய்ந்து அதைப் பெருக்கிப் பார்த்தால், அஃது இயற்கையில் பரவலாக முடிதல் பெறலாம். அதைப் பெருக்கிப் பார்க்கும் அறிவு விளக்கம்

அவரவர் நிலையைப் பொறுத்து நிற்கிறது. உலகில் பலவிடங்களில் தோன்றிய அருளாளர்கள் பிடித்த தெய்வப் படங்கள் யாவும் பெருக்கப்படும் போது, அவை, இறைவன் இயற்கை வடிவாக முடியுமென்பதில் ஐயமில்லை. இயற்கை இறைவன் வடிவம் என்னும் உணர்வில்லாதார் ஒவ்வொரு தெய்வப் படத்தையும் ஒவ்வொரு தெய்வமாகக் கருதி இடர்ப்பட்டு மெய்ப்பொருளை உணராதொழிவர். ஈண்டு ஞானசம்பந்தர் பிடித்துக் கொடுத்த ஒரு படத்தைப் பார்ப்போம்.

திருவுருவ விளக்கம்

தோடுங் குழையும்

தோடுடைய செவியன் - இங்கே தோடு எது? தோடு என்பது பெண்மக்கள் அணியும் ஒருவிதக் காதணி. ஆண் மக்கள் அணியுங் காதணிக்குக் குழையென்று பெயர். ஞானசம்பந்தர் தோடுடைய செவியள் என்று கூறாது தோடுடைய செவியன் என்று கூறியிருக்கிறார். இம்மயக்கத்தைக் களைந்து கொள்வோம்.

செம்மை நீலம்

இறையின் வடிவம் செம்மை நெருப்பு என்று மேலே சொல்லப்பட்டது. செம்மையின் விளிம்பின் நீலமிருத்தலைக் காண்கிறோம். செம்மைக்கும் நீலத்துக்கும் உள்ள தொடர்பு நிறத்தியல் வல்லார்க்கு நன்கு தெரியும். செம்மையில் நீலமும் நீலத்தில் செம்மையும் மிளிர்தல் இயல்பு. எல்லா நிறங்களும் இவ்விரண்டில் ஒடுங்குதலும் ஈண்டுக் கருதற்பாற்று.

செம்மை எது? நீலம் எது? செம்மை, வெம்மையைக் குறிப்பது; நீலம், தண்மையைக் குறிப்பது. வெம்மை *(Heat)* தண்மை *(Cold)* என்னும் இரண்டானும் உலகம் ஆக்கப்பட்டு இயங்கிவருகிறது. இவ்வெம்மை ஆணென்றும் தண்மை பெண்ணென்றும் உள்ளத்தில் பதியுமாறு உருவகிக்கப்பட்டன. எல்லாவற்றிற்கும் அடிப்படையாக உள்ள இறைவன்பால் வெம்மைக் கூறும் உண்டு;

தண்மைக்கூறும் உண்டு. வெம்மைக் கூற்றை ஆணென்றும் தண்மைக் கூற்றைப் பெண்ணென்றும் ஆன்றோர் கூறிப் போந்தனர். அக்கூறுகளின் பரிணாமமாக உலகமிருத்தல் கண்கூடு.

உலகம் பெண் ஆண் மயம்

உலகம் பெண்மயமா யிருக்கிறதா? ஆண்மயமாயிருக்கிறதா? உலகம் பெண் ஆண் மயமாயிருத்தல் கண்ணுள்ள எல்லார்க்குந் தெரியும். காரியமாய உலகம் பெண் ஆண் மயமா யிருப்பதைக் கொண்டு காரணமாய கடவுள் பெண் ஆண் மயமாயிருத்தலை நிறுவக் கூடும். இதைப் பற்றிப் பெண்ணின் பெருமை அல்லது வாழ்க்கைத் துணை என்னும் நூல் தொடக்கத்தில் விரித்துக் கூறியுள்ளேன். விரிவு ஆண்டுக் காண்க. தண்மை வெம்மை யெனும் பெண் ஆண் மயமாக முழுமுதற் பொருளிருத்தல் ஒன்றே ஈண்டைக்கு வேண்டுவது. ஆண்டவனை அப்பன் என்று போற்றுவோர், அவனை அம்மை என்று போற்றினால் என்ன இழுக்கு நேரும்? இது நிற்க.

இயற்கையின் பெண் ஆண் கூறு

இயற்கையின் வடிவாக உள்ள இறைவன் தண்மை வெம்மையெனும் பெண் ஆண்மயமாக இருத்தலை உணர்ந்த ஞானசம்பந்தப் பெருமான் அந் நுட்பத்தை, தோடுடைய செவியன் என்று பாட்டுப் படமாக வரைந்து காட்டுகிறார். தோடுடைய செவியன் என்பது இயற்கை இறையின் பெண் ஆண் தன்மையை விளக்கும் எழுத்தோவியம் என்க. இவ் வோவியத்தைப் பெருக்கிப் பார்த்தால் அது தன்மை வெம்மை யாகப் பொலியும் வாக்குமனங் கடந்த இறைவனது இயற்கை வடிவத்தை உணர்த்துதல் பெறலாம். இவ்வியற்கைப் பெரு வடிவை மணிவாசகனார் தமது முதிர்ந்த மதியால் தமது கனிந்த மனத்தில் எழுதிய ஓவிய மொன்றை ஈண்டுத் தருகிறேன்:

தோலுந் துகிலுங் குழையுஞ் சுருள்தோடும்
பால்வெள்ளை நீறும் பசுஞ்சாந்தும் பைங்கிளியுஞ்
சூலமுந் தொக்க வளையு முடைத்தொன்மைக்
கோலமே நோக்கிக் குளிர்ந்தூதாய் கோத்தும்பீ.

இயற்கையின் தண்மை வெம்மை என்று சொல்லால் பிரித்துக் கூறலாமே யன்றிப் பொருளால் பிரித்துக்கூற இயலாது. வெம்மையில் தண்மையும், தண்மையில் வெம்மையும் பிரிவின்றிக் கிடக்கின்றன. அவை இரண்டும் ஒன்றன் கூறுபாடுகள். அப் பிரிவின்மையை உணர்த்தவே தோடு என்று பெண்மையையும், செவியன் என்று ஆண்மையையும் ஆளுடைய பிள்ளையார் பொறித்திருத்தல் காண்க.

தோடுடைய செவியன் என்னும் எழுத்தோவியத்தை - அன்பர்களே - நினைந்து பாருங்கள்; அதை அறிவால் பெருக்கிப் பாருங்கள்; அதை இருநிலனாய்த் தீயாகி நீருமாகி இயமான னாய் எறியுங் காற்றுமாகி - அருநிலைய திங்களாய் ஞாயிறாய் ஆகாசமாய் அட்ட மூர்த்தியாகி*** இறைவன் நிற்கும் பெரு நிலையென் றுணருங்கள். ஆ! ஆ! அப் பெருவடிவை என்னென்று பேசுவது!

அம்மையப்ப ரேயுலகுக் கம்மையப்ப ரென்றறிக
அம்மையப்ப ரப்பரிசே வந்தளிப்பர் - அம்மையப்பர்
எல்லா வுலகுக்கு மப்புறத்தா ரிப்புறத்தும்
அல்லார்போ னிற்பா ரவர்.

ஆகமங்க ளெங்கே யறுசமயந் தானெங்கே
யோகங்க ளெங்கே யுணர்வெங்கே - பாகத்
தருள்வடிவுந் தானுமா யாண்டிலனே லந்தப்
பெருவடிவை யாரறிவார் பேசு

என்றார் உய்யவந்த தேவ நாயனார்.

பேச்சுக் கடந்த அப் பெருவடிவைச் செல்வன் கழலேத்துஞ் செல்வம் பெற்ற நமது ஞானசம்பந்தச் செல்வம் தோடுடைய செவியன் என்று நமக்குச் சுட்டிக் காட்டுகிறது.

தோடுடைய செவியன் என்பது இயற்கை வடிவின் இருபெருங் கூறுகளை அறிவிப்பதென்க. இனித் தோடு முதலிய உறுப்புக்களைப்பற்றிச் சிறிது ஆய்வோம்.

தோடு ஓங்காரம்

தோடு என்பதைப் பெருக்கிப் பார்த்தால் அஃது எதுவாக முடியும்? அஃது ஓங்காரமாக முடிதல் பெறலாம். தோடு என்பதிலுள்ள முதலெழுத்துத் தகர வித்தையோடு கூடிய ஓங்காரத்தைக் கொண்டிருத்தல் கருதற்பாலது.

ஒலி

எல்லாவற்றிற்கும் அடிப்படை ஓங்கார ஒலி என்பதை விளக்க வேண்டுவதில்லை. ஒலியைப் பற்றிய ஆராய்ச்சி இந்நாளில் முதிர்ந்து வளர்ந்து வருகிறது. இவ்வண்டமெலாம் ஒலியென்னும் ஒன்றை நிலைக்களனாகக் கொண்டிருக்கின்றன. ஒலி யாண்டில்லை; இப்பொழுது யான் இங்கே பேசுகிறேன். இப் பேச்சொலி யாண்டும் முழங்குகிறது. அதைக் கருவி கொண்டு கேட்டுணரல் கூடும். வெம்பிலி பொருட்காட்சியில் நமது அரசர் பெருமான் பேசியது உலகில் பலவிடங்களில் கேட்குமாறு செய்விக்கப்பெற்ற அருமையை நீங்கள் பத்திரிகை களில் படித்திருப்பீர்கள். கம்பியில்லாத் தந்தியால் ஒலியின் இயல்பும் திறனும் பிறவும் செவ்வனே விளங்குகின்றன.

கருவி காணப்பெறாத காலத்திலுஞ் சிலர் சேய்மையில் பேசப்படுவதைச் செவியினால் உணர்ந்து வந்தனர். இப் புலனறிவு இப்பொழுது பெரிதும் வீழ்ந்துபட்டது. சேய்மையில் பிறர் பேசுவதை மட்டுமன்று - பிறர் நினைப்பதையும் - உணரும் ஆற்றல் சிலர் பெற்றிருந்தனர். இந்நாளில் மேல்நாட்டில் இப் பயிற்சி சிலவிடங்களில் அரும்பி வருகிறது.

கருவியின்றிச் சேய்மையொலி கேட்டலைப் பற்றிச் சிலர் வியப்புறலாம். சேய்மையொலியைக் கேட்பிக்குங் கருவி

காணப் படுவதற்கு முன்னர் கருவியால் சேய்மையொலியைக் கேட்கக் கூடும் என்று எவராவது சொல்வரேல், அச் சொல் ஏற்றுக் கொள்ளப் பெறுதல் அருமையே. இஃதுலகியல்.

ஒலியின் நுட்பத்தை நம் முன்னோர்கள் செவ்வனே உணர்ந்திருந்தார்கள். ஒலியின் பெற்றி நோக்கியே அதைச் சப்த பிரமம் என்றுஞ் சில அறிஞர் கூறிப் போந்தனர். ஓசை ஒலி யெலாம் ஆனாய் நீயே என்றார் நமது அப்பரும்.

ஆகாயம்

ஒலி ஆகாயத்தின் கூறு. ஆகாயம் என்னும் பூதம், எல்லாப் பூதங்களினும் பாய்ந்து விரவி நீக்கமற நிறைந்து நிற்பது. ஆகாய மில்லாத பூதமில்லை; இடமுமில்லை. ஆகவே ஒலியில்லாத இடமில்லையென்று சுருங்கக் கூறலாம்.

பாரிடை ஐந்தாய்ப் பரந்தாய் போற்றி
நீரிடை நான்காய் நிகழ்ந்தாய் போற்றி
தீயிடை மூன்றாய்த் திகழ்ந்தாய் போற்றி
வளியிடை யிரண்டாய் மகிழ்ந்தாய் போற்றி
வெளியிடை ஒன்றாய் விளைந்தாய் போற்றி

எனவரூஉந் திருவாசகத்தை ஓர்க.

சப்தம்

பாரிடை ஐந்து - சப்தம் பரிசம் ரூபம் ரசம் கந்தம் (ஓசைஊறு ஒளி சுவை நாற்றம்). நீரிடை நான்கு - சப்தம் பரிசம் ரூபம் ரசம். தீயிடை மூன்று - சப்தம் பரிசம் ரூபம். வளியிடை இரண்டு - சப்தம் பரிசம். வெளியிடை ஒன்று-சப்தம். எல்லாப் பூதங்களிலு மிருப்பது சப்தம். யாண்டுமுள்ள ஒலி ஏன் யாண்டுங் கேளாது? கேட்குமெனில் கருவி எற்றுக்கு?

ஐம்பூத உடலுடன் ஐம்பூத உலகில் வாழும் மனிதன் முயன்று முயன்று ஐம்பூதக் கூறுகளை ஆராய்தல் வேண்டும். சுவைஒளி ஊறுஓசை நாற்றம் இவ்வைந்தின் - வகைதெரிவான் கட்டே

உலகு என்றார் வள்ளுவனார். இவ்வாராய்ச்சியில் தலைப்படாது வாளா கிடப்போர்க்கு ஒலியின் நுட்பம் எங்ஙனம் புலனாகும்? இந்நாளைய வாழ்வு அவ்வாராய்ச்சியில் தலைப் படவுந் துணைபுரிதலில்லை.

பனிக்கட்டி போன்ற பருவுடலில் கட்டுப்பட்ட அறிவுடன் வாழ்வோன், தனிப்பட்ட ஆகாய தத்துவத்தில் எங்ஙனம் உலவ வல்லான்? அவன் ஆகாயங் கலந்த ஏனைய பூதங்களில், சிறப் பாகப் பெரிதும் மண்ணெனும் பூதத்திலேயே கட்டுப்பட்டுக் கிடக்கிறான். அவன் பரிச ரூப ரச கந்தங்களுடன் விரவி, மருவி யுள்ள ஒலியை மட்டும் அணித்தே யிருந்து கேட்க வல்லான். சேய்மையிலுள்ள ஒலியை உணரும் ஆற்றலை அவன் செவிப் புலன் பெறவில்லை. இக்காரணத்தால் மனிதன் சேய்மையொலி கேட்கக் கருவி நாடுகிறான். மண் முதலிய தத்துவங்களினூடே வாழும் மனிதன், ஆகாய தத்துவத்தில் தனித்துலவுதற்குறிய வழிகள் காணப்பட்டிருக்கின்றன. அவ்வழி நிற்போர்க்குச் சேய்மையிலெழும் ஒலியுங் கேட்கும்.

ஓங்காரம்

ஆகாயத்தின் கூறாகவுள்ள ஒலிக்கு நிலைக்களன் எது? அதுவே ஓங்காரமென்பது. ஓமெனும் ஓரெழுத் துண்ணின்ற ஓசை போல் என்றார் திருமூலர். அவ்வோங்காரத்தி னின்றுமே எல்லாம் பிறக்கின்றன. ஓங்காரத் துள்ளே உதித்த ஐம்பூதங்கள் - ஓங்காரத் துள்ளே உதித்த சராசரம் எனவரூஉந் திருமூலர் திருவாக்கை நோக்குக. இவ்வோங்காரத்தை அதிட்டித்தே அறிவெனுஞ் சிவம் அண்டாண்டங்களை இயக்கி வருகிறது. இத்தகை ஓங்காரத்தை மனதினால் அளந்து கூற முடியுமோ? அன்பர்களே! உன்னுங்கள். அவ்வோங்காரம் மனதிற்படுமாறு அதைச் சிறிய தோடாக வடித்துக் காட்டுகிறார் நமது திருஞான சம்பந்தர்.

ஓங்காரமே தோடு

ஆண்டவன் இயற்கைப் படத்தில், அவ்வியற்கையுடலின் உறுப்புக்களும் படத்தின் அளவிற்கேற்ற வண்ணம் அரும்புகள் போல் பொலிதல் வேண்டுமன்றோ? இதோ எல்லாப் பூதங்கட்கும் நிலைக்களனாக உள்ள ஓங்காரம் ஞானசம்பந்தர் எழுதிய பாட்டோவியத்தில் தோடாகக் காட்சியளித்தலைக் காணுங்கள். அத்தோட்டைப் பெருக்கிப் பெருக்கிச் சென்றால் அஃது ஓங்காரமாக முடியும். இயற்கை இறைவன் ஓங்காரமே ஓவிய இறைவனது தோடென்க.

சமஷ்டி வியஷ்டி

இனி விடையேறி என்னும் நுட்பத்தை ஆய்வோம் அன்பர்களே! எதற்குங் காரண காரியமுண்டு. காரணம் நுண்மை; காரியம் பருமை. நுண்மை சூட்சுமம், சமஷ்டி எனவும்படும். பருமை தூலம், வியஷ்டி எனவும்படும். ஓங்காரமும் சமஷ்டி வியஷ்டி என்று பிரிகிறது. இதுகாறுங் கூறிவந்த ஓங்காரம் சமஷ்டியெனும் முதல், அதாவது நுண்மை. அதன் அறிகுறியே தோடு என்பது, அதன் வியஷ்டியையும் அதாவது பருமையை யும் ஞானசம்பந்தர் குறிப்பிடுகிறார். எங்ஙனம் குறிப்பிடுகிறார்? உள்ளத்தில் பசுமரத்தாணிபோல் பதியுமாறு ஓர் அழகிய உருவத்தில் அதைப் பெருமான் குறிப்பிடுகிறார்.

விடை

விடையேறி என்பதைக் கூர்ந்து நோக்குவோம். விடை வியஷ்டியின் அறிகுறி என்க. சிவபெருமான் விடையில் வீற்றிருக்குங் கோலத்தை மனதில் உருவகித்துக் கொள்வோமாக. திருவாசியோடு கூடிய விடை அளிக்குங் காட்சியை உன்னுவோ மாக. ஓங்கார நிலையை விடையேறி என்று ஞானசம்பந்தர் படம் பிடித்து காட்டுகிறார்.

விடை அறம்

அறத்தை அறிவுறுத்துவது விடை என்று சில நூல்கள் கூறுகின்றனவே. அஃதென்னை என்று சிலர் ஐயுறலாம். இயற்கை நியதியே அறமென்பது. அவ்வியற்கையின் காரியப் பாட்டுக்கு நிலைக்களனாக நிற்பது ஓங்காரம். எனவே ஓங்காரம் அறக்கோடாக நிற்பதாகிறது, அதை அறிவிக்க விடையை அறமென்று நூல்கள் கூறுவது பொருத்தமே யாகும். ஆண்டவன் அறக்கோட்டில் நின்றுகொண்டே அருட் கடனாற்றுகிறான். அதனை விடையேறி என்று ஞானசம்பந்தர் நமது மனதில் படியச் செய்கிறார்.

விடையேறி என்பது இறைவன் ஓங்காரத் துள்ளொளியா யிருக்கிறான் என்பதைத் தெரிவிப்பதென் றுணர்க உய்ய என் னுள்ளத்துள் ஓங்காரமாய் நின்ற மெய்யா விமலா விடைப் பாகா என்று மாணிக்கவாசகனார் ஓதியிருத்தலைக் காண்க.

அம்மா

விடையின்பால் பல நறுங்குணங்களுண்டு. அவைகளை விரித்துக்கூற வேண்டுவதில்லை. விடை அம்மா என்று அழகொலி செய்கிறது அம்மா என்னும் ஒலி எத்தகை மகிழ்ச்சி யூட்டுகிறது! அன்பர்களே! நினைந்து பாருங்கள்! அவ்வொலி கேட்கும்போது உள்ளம் அடையுங் குளிர்ச்சியை - மகிழ்ச்சியை - என்னென்று சொல்வேன்.

தோற்றத்துக்குரிய தாய் அம்மையல்லளோ? அவ்வம்மை யல்லளோ இயற்கைத் தாய்? அவ்வியற்கையின் முதற் காரணம் அல்லது தாயகம் ஓங்காரமன்றோ? ஓங்காரம் சக்தியின் கூறு என்று ஞான நூல்கள் முழங்குகின்றன. விடையின் அம்மா என்னும் ஒலியில் அத் தாய்மை விளங்குகிறதா? இல்லையா? உன்னுங்கள்; உன்னுங்கள்.

ஓங்காரத்தின் முதல் எது? அகரமென்று எவருங் கூறுவர். அவ்வகரமன்றோ எல்லாம்; எல்லாம்! அவ்வகர ஒலி முழக் கத்தையே இயற்கை அடிப்படையாக் கொண்டு இயங்கலான்,

அவ்வகரத்தை முதலாக் கொண்டு வியஷ்டியாக எழும் ஓங்காரத்துக்கு விடையை அறிகுறியாக நம் முன்னோர்கள் கொண்டார்கள்.

கடவுள் உண்மைக்கும் கடவுள் நினைவிற்கும் இயற்கைப் பொருளைக் கோடலே அறிவுடைமை. விடையுடன் மக்களுக் குள்ள தொடர்பைக் கூறுதல் வேண்டுமோ? நமது நாட்டில் நமது வாழ்வுடன் விடை எவ்வளவு கலப்புற்றிருக்கிறது? நமது வாழ்வுடன் கலப்புற்றுள்ள ஒன்றைக் கடவுளியல்பின் கூறுபாட் டிற்கு அறிகுறியாக நம்மவர்கள் கொண்டது பெரிதும் உன்னத் தக்கது. விடையைப்பற்றி இன்னும் விரிக்கிற் பெருகும்.

இவ்வாறு ஒவ்வொன்றையும் விரித்துச் சென்றால், காலம் இடந்தாராதாகலான், இனிச் சுருக்கிக் கூறவே முயல்கிறேன். ஞானநூல்களை ஆராய ஆராய அவரவர் அறிவாற்றலுக் கேற்றவாறு இத்தகை நுட்பங்கள் பல உணரக்கூடும்.

மதி

ஓர் தூவெண்மதி சூடி இதன் உள்ளக்கிடக்கையை நோக்குவோம். இயற்கையைப் போர்வையாக் கொண்டுள்ள இறைவன் அறிவு மயமாய் எல்லாவற்றையும் அறிபவனா யிருப்பவன். அது தூவெண் மதியால் விளக்கப் படுகிறது. அறிவுக்கு நிலைக்களன் மூளை என்பதும் ஈண்டுக் கருதற்பாலது. தூவெண்மதி தூநெறியென்னும் அறிவு ஒளிக்கு அறிகுறி என்க. தூமதி சடைமிசைச் சூடுதல் தூநெறி - யாமதி யாளென அமைத்த வாறே என்று பதினோராந்திருமுறை பகர்தல் காண்க.

சுடலையாடி

காடுடைய சுடலைப் பொடி பூசி என்பதன் கருத்தைச் சிறிது பார்ப்போம். சிவபெருமானுக்குச் சுடலையாடி என்றொரு பெயருண்டு. சுடலையென்று எதற்குப் பெயர்? இறந்த உடலங்களைச் சுட்டுச் சாம்பராக்கு மிடத்துக்குச் சுடலை

என்று பெயர். இறைவனாஞ் சிவனுக்கு இயற்கையுடலென்று மேலே பலவிடங்களில் சொல்லப்பட்டிருக்கிறது. உடலாகிய இயற்கை பல வடிவங்களாகப் பரிணமிக்கிறது. அப் பரிணாமமே நமது கண்ணுக்குப் புலனாகும் பல பலதிற இயற்கைப் படிவங்கள்.

நாமரூபங்கள், என்றாதல் ஒருபோது அழிதன் மாலையன. தோற்ற முண்டேல் மரணமுண்டு என்பது மறைமொழி. இயற்கை, இறைவன் வடிவாதலால், அஃது அரும்பி மலருங் (பரிணமிக்கும்) காலத்தும் இறைவனுக்கும் உடலாகவே யிருக்கிறது; அம்மலர்ந்த வடிவங்கள் தன்னகத்தே ஒடுங்கும் போதும் அஃது (இயற்கை) இறைவனுக்கு உடலாகவேயிருக் கிறது. இயற்கை இறையுடலாதலால், அது மலரும் போதுங் குவியும்போதும் வேறிடம் புகுதல் இல்லை. இயற்கையின் நாமரூபப் பரிணாமங்கள் அழிந்து பொடியாகிச் சாம்பராகும் போது, அச்சாம்பர் இறைவனை விடுத்து எங்ஙனம் அகலும்? ஆகவே எல்லாம் ஒடுங்கும் ஓரிடமே இறைவனது சுடலை என்க. ஒடுங்கின யாவும் நின்று மீண்டும் பரிணமித்தற்கு நிலைக்கள னாக உள்ள ஒன்றே சத்தெனுஞ் செம்பொருள்.

தோற்ற ஒடுக்கம்

சத்தெனுஞ் செம்பொருள் சடமன்று; அஃது அறிவுப் பொருள். அறிவுக்குத் தோற்றக் கேடுகளில்லை. தோற்றக் கேடில்லாத ஒன்றனிடத்தன்றோ தோற்றக் கேடுள்ள எல்லாம் இறுதியில் ஒடுங்கி நிற்கும்? அத் தோற்ற ஒடுக்கத்துக்குந் தோற்ற ஒடுக்கமில்லாத ஒன்றன் துணை இன்றியமையாததென்று சொல்லவும் வேண்டுமோ? அறிவுத் துணையின்றிச் சடம் எங்ஙனம் இயங்கும்? அறிவெனும் இறைவன் துணையால் இயற்கையினின்றும் வடிவங்கள் தோன்றுகின்றன; ஒடுங்கு கின்றன.

நாமரூப ஒடுக்கமென்னுஞ் சுடுகாட்டினின்றும் மீண்டும் நாமரூபங்களை உண்டுபண்ண ஒலி என்னும் ஓங்கார முதலைத் தூண்டுவது அறிவின் வேலை. இதனையும்

பெரியோர்கள் உருவகப்படுத்தி உலகிற்கு வழங்கி யிருக்கிறார்கள். கங்காள ராய் நின்று வருங்கடன் மீள எம் இறை நல்வீணை வாசிக்குமே எனவரூஉம் அப்பர் திருவாக்கை நோக்குக. அறிவான இறைவன் தன்பால் ஒடுங்கிய ஒன்றை மீண்டுந் தோற்றுவிக்க ஓங்கார முதலின் வாயிலாகத் துணைபுரியும் திறம் மனதால் நினைக்குந் தகையதோ; வாயால் சொல்லுந்தகையதோ? மாற்ற மனங் கடந்த அந்நிலையை எம்மிறை நல்வீணை வாசிக்குமே என்று எவ்வளவு அழகாகச் சுருங்கிய சொற்களால் நமது அப்பர் உருவகித்துக் காட்டுகிறார்? அந் நுட்பம் ஒராது புராணக்கதை வழி நின்று போரிடுவது உண்மையுணர முயல்வதாகாது.

காடுடைய சுடலைப்பொடி பூசி என்பது எதற்கறிகுறி? நாமரூபங்களெல்லாம் ஒடுங்கிப் பொடியாகி இறைவனுக்கு உடலாக நிற்றலுக்கு அறிகுறி. அப் பெருநிலையை ஞான சம்பந்தர் காடுடைய சுடலைப்பொடி பூசி என்று நமதுள்ளத்திற் படியுமாறு ஓவியம் வரைந்து காட்டுகிறார்.

அங்கிங்கெனாதபடி எங்கும் நீக்கமற நிறைந்து, வாக்குமனங் கடந்து, எல்லாமாகியும் வேறாகியும் நிற்கும் முழு முதற் பொருளை நினைக்க இயலாத பெத்தர்கள் - முத்தர்களல்லாதவர்கள் - தங்கள் உள்ளத்தில் நினைந்து நினைந்து போற்ற, தோடுடைய செவியன் என்றும், விடையேறி என்றும், ஓர் தூவெண்மதி சூடி என்றும், காடுடைய சுடலைப் பொடி பூசி என்றும் எழுத்தோவிய வழிச் சுட்டிக் காட்டி உலகை உய்வித்த பெருமான் நமது ஞானசம்பந்த அடிகள். அத்திருவுருவம் ஒரு பெரும் அகண்டகாரத்தின் படம் என்பதை எவரும் மறுத்தலாகாது, அவ் வடிவே இறை; இறை பிறாண்டில்லை என்று கொண்டு வழிபாடு செய்வது விக்கிரக ஆராதனையின் பாற்படும். உள்ளப்படாத ஒன்றை உள்ளுதற்கு மெய்யடியார்கள் பிடித்துக் கொடுத்த ஒரு படமென்னும் உணர்வுடன் உருவவழிபாடு செய்வதே அறிவுடைமை.

அழகோவியம்

ஆண்டவனது அகண்டாகாரத்தை உணர்ந்த அருளாளர்கள், உலகமும் அவ்வுணர்வு பெறுதல் வேண்டுமென்னும் பெருங் கருணையான் மக்கள் நெஞ்சில் புகத்தக்க முறையில் ஆண்டவன் அழகு வடிவைப் பாட்டோவியமாகப் பலப்பல வழியில் எழுதிச் சென்றார்கள். அவ்வழகு ஓவியங்கள் புலன்களைக் கவர்கின்றன; புத்தியைக் கவர்கின்றன; உயிரைக் கவர்கின்றன; அவைகளுள் எத்துணை எடுத்து ஏழையேன் ஈண்டுக் காட்ட வல்லேன்!

குனித்த புருவமும் கொவ்வைச்செவ் வாயிற் குமிண் சிரிப்பும்
பனித்த சடையும் பவளம்போல் மேனியிற் பால்வெண்
ணீறும்
இனித்த முடைய எடுத்தபொற் பாதமும் காணப் பெற்றால்
மனித்தப் பிறவியும் வேண்டுவ தேஇந்த மாநிலத்தே.

அன்பர்களே! இவ் வழகோவியத்தைப் பாருங்கள். ஆண்டவனது பரந்த இயற்கை வடிவம். இப் பாட்டோவியத்தில் மிளிரும் அழகை என்னென்று கூறுவேன்! அதை என் சொல்லால் விளக்க முடியாது. மனதால் அவ்வழகை நோக்குங்கள். என்ன அழகு! என்ன அழகு! காண முடியாத அழகை அப்பர் பாட்டில் காட்டுகிறார். குனித்த புருவமாம் கொவ்வைச் செவ்வாயாம் குமிண் சிரிப்பாம் பனித்த சடையாம் பவளம் போல் மேனியில் பால் வெண் ணீறாம் இனித்தமுடைய எடுத்த பொற்பாதமாம் - அந்தோ! அவ்வழகு வடிவை உன்ன உன்ன மயிர் சிலிர்க்கிறது; உள்ளங் குழைகிறது. அன்பர்களே! இத் திருப்படத்தை விடுத்து அகண்டாகாரத்தை எங்ஙனம் நினைக்க வல்லோம்?

வாய் வேதாந்தம்

வாய் வேதாந்தம் வெறும் பாழையே மனதிற் படிவிக்கும். ஏமாந்து போகவேண்டாம். வேண்டாம். அழகுருவை நோக்குங்கள்; உன்னுங்கள்; உருகுங்கள்; உணர்வு பெற்றுப் பேச முடியாத பெருவடிவின் திருப்படத்தை

அகங்கொள்ளுங்கள். செக்கச் செவேலெனச் சிவந்து கிடக்குஞ் செம்பொருளைப் பவளம்போல் மேனி என்று நம் பெருமான் நமது உள்ளத்தில் படிய வைக்கிறார். பவள மேனியில் பால் வெண்ணீறாம்! என்ன அழகு! தமிழ்ச் செல்வர்களே! தமிழ்ப் பாவாணர்களாய் அப் பேரழகை நோக்குங்கள்.

இத் தமிழ் ஓவியங்களே உருவ வழிபாட்டுக்குப் பெருந் துணை செய்து வருகின்றன. உருவ வழிபாட்டின் நுட்பம் மேலே பலவிடங்களில் சொல்லப்பட்டிருக்கிறது. உருவ வழிபாட்டின் நுட்பந் தேறாது, குறை கூறுவோரைப் பற்றியும், கண்மூடி வழியில் நின்று அவ் வழிபாட்டை நிகழ்த்துவோரைப் பற்றியும் பெரிதும் இரங்குதல் வேண்டும். மன உணர்வுடைய பெத்தர் களுக்கு உருவ வழிபாடு மிக மிக இன்றியமையாதது.

யாண்டுமுள்ள ஒன்றன் உண்மையை உணர்தற்கு உலகில் பலதிற வழிகள் கோலப்பட்டிருக்கின்றன. அவைகளுள் தலை யாயது, ஆண்டவனது அகண்ட நிலையை அறிவிக்கும் நுட்பங் களைக் கொண்ட அருள் உருவத்தை வழிபடுவதேயாகும். நம் பெரியோர்கள் உருவ வழிபாட்டைப் பெரிதும் வலியுறுத்தியதை மடமையெனச் சிலர் கருதுகிறார். வழிபாட்டிற்கெனக் கொள்ளப்படும் உருவமே கடவுளல்ல அல்ல என்று அறை கூவுகிறேன். அவ்வுருவம் ஆண்டவனது வாக்கு மனங்கடந்த அகண்டாகாரத்தின் இயலை நினைவூட்டும் ஓர் அறிகுறி என்க. உருவத்தையே முழுமுதலாகக் கொள்வது அஞ்ஞானம்.

எண்ணமும் உருவமும்

மனத்தின் இயல் என்ன? உருவத்தில் ஒன்றுவது. ஆண்டவனோ உருவங் கடந்து ஒளிர்பவன். அவனை எப்படி உன்னுவது? உருவமென்பது கல் மண் வடிவங்கள் மட்டுமன்று. எண்ணம், ஒலி, எழுத்து, சொல் எல்லாம் உருவத்தின்பாற் பட்டனவே, எண்ணத்தால் இறைவனை வழிபடுவதும் உருவ வழிபாடே யாகும். மணவுணர்வு

உள்ளவரை உருவ வழிபாட்டி னின்றும் விடுதலையடைய முடியாது. ஆகவே உருவ வழிபாட்டின் வழியே உள்ளப்படாத ஒன்றை உணர்தல் வேண்டும்.

ஆண்டவனை அகண்டம் என்று பன்மொழிகளால் பகர்ந்த அறிஞர்களே, தலையே நீ வணங்காய் என்றும், வாழ்த்த வாயும் நினைக்க மடநெஞ்சும் என்றும், வணங்கத் தலைவைத்து என்றும் அறிவுறுத்தி யிருத்தலை ஆழ்ந்து ஆராயுங்கள்.

நெஞ்சம் நிலைத்து நிற்றற்கு ஒரு கொழுகொம்பு வேண்டற் பாலதே. மனம் ஒன்றில் ஒன்றஒன்ற உள்ளொளி பெருகும்.

நிலைபெறுமா றெண்ணுதியேல் நெஞ்சே நீவா
நித்தலும்எம் பிரானுடைய கோயில் புக்குப்
புலர்வதன்முன் அலகிட்டு மெழுக்கு மிட்டுப்
பூமாலை புனைந்தேத்திப் புகழ்ந்து பாடித்
தலையாரக் கும்பிட்டுக் கூத்து மாடிச்
சங்கரா சயபோற்றி போற்றி யென்றும்
அலைபுனல்சேர் செஞ்சடையெம் ஆதீ யென்றும்
ஆரூரா என்றென்றே அலறா நில்லே.

இத் திருத்தாண்டகத்தின் நுட்பத்தை ஓருங்கள். நிலைத்த நெஞ்சம் பெறுதற்கு உருவ வழிபாடு இன்றியமையாத தென்பது புலனாகும். இதுகுறித்து அடியேன் எழுதிய என்கடன் பணி செய்து கிடப்பதே என்னும் நூலில் சிறிது விரித்துக் கூறி யுள்ளேன். விளக்கம் ஆண்டுப் பார்க்க.

தற்காலக் கோயில்கள்

உருவ வழிபாடு என்றதும் தற்காலக் கோயில்கள் மீது சிலர் நினைவு செல்லும். தற்காலக் கோயில்களின் நிலைகொண்டு, உருவ வழிபாட்டைக் குறைகூறல் அறமாகத் தோன்றவில்லை. உருவ வழிபாடு நன்னோக்கமுடையது. அந் நோக்க நிறை வேற்றத்துக்கெனவே கோயில்கள் காணப்பட்டன. அக் கோயில்கள் இழிந்த நிலையுற்றிருத்தல்

உண்மையே. உயரிய நோக்கமுடைய உருவ வழிபாட்டிற்கு நிலைக்களன்களாகவுள்ள கோயில்கள் இழிநிலையுறுமேல், அவைகளை ஒழுங்குபடுத்த முயலவேண்டுவது அறிஞர்கள் உடமையாகும். செந்நெறியி னின்றும் பிறழ்ந்த கோயிலைக் கள்ளர் குகை என்று கிறிது நாதரும், வேசையர் விடுதி என்று மகாத்மா காந்தியும் கூறிய செம்மை மொழிகள் நினைவிற்கு வருகின்றன.

தற்கால கோயில்களை வன்மொழியால் யானும் பன்முறை கடிந்திருக்கிறேன். இழிவுற்ற கோயில்களைக் கடிவது உருவ வழிபாட்டைக் கடிவதாகாது. உருவ வழிபாடு, கோயில் புகுந்தே நிகழ்த்தவேண்டு மென்னும் நியதியில்லை. கோயில் புகாமலும் அவ் வழிபாட்டை நிகழ்த்தலாம்.

கோயில்களிலுள்ள இழிவுகளைச் சிலர் கருதாமலும், சிலர் பாராட்டாமலும் கோயில் புகுந்து வழிபாடு நிகழ்த்து கிறார். அத்தகைய ஞானிகளைக் கோயிலுக்குப் போதல் வேண்டா மென்று எவருந் தடைசெய வேண்டுவதில்லை. கோயில் களிலுள்ள இழிவுகளைக் கண்டு மனமுடையும் மக்கள் அக் கோயில் போகாது, வேறிடத்திருந்து வழிபாடு நிகழ்த்தலாம். அவர் கோயில்களின் இழிவை உளங் கொண்டு வழிபாட்டையே விடுவது கூடாது.

இயற்கை வடிவங்களையோ நடமாடுங் கோயில் களாகிய உயிர்களையோ வழிபடுவோர்க்கு, வேறு எவ் வழிபாடும் வேண்டுவதில்லை. எவ்வழியிலாவது நிலைத்த நெஞ்சம் பெறுதற்கும் அன்பு எழுதற்கும் ஒருவித வழிபா டிருத்தல் வேண்டு மன்பது எனது உட்கிடக்கை. மனவுணர்வு கொண்டு நிகழ்த்தும் வழிபாட்டு முறைகள் யாவும், உருவ வழிபாட்டின் பாற்பட்டன என்பதை எவரும் மறத்தலாகாது.

வழிபாட்டின் வரலாறு

உருவ வழிபாட்டின் வரலாற்றை ஈண்டுச் சுருங்கச் சொல்லல் நலம் என்று தோன்றுகிறது. முதல் முதல் மக்கள் இயற்கை வடிவங்களை வழிபட்டுக் கொண்டிருந்தார்கள்; பின்னே அவ்

வியற்கை வடிவங்களின் ஓவியங்களாக வரையப்பெற்ற உருவங் களை வணங்கத் தொடங்கினார்கள். ஆண்டவன் இயற்கை வடிவினன் என்னுங் குறிப்புத் தோன்ற ஆண்டவன் அருளுருவத்தை மரத்தடியில் வைத்து மக்கள் போற்றிய காலமுண்டு. இன்னும் இவ்வழிபாடு சிலவிடங்களில் நிகழ்ந்து வருகிறது. பின்னாளில் ஓவியத் துறை வளர வளர, ஓவியம் வல்லார், இயற்கையின் வேறுபல கூறுகளையும் ஓவியங்களில் வடித்து ஆண்டவன் உருவத்தைச் சுற்றி அணி செய்தார். அவ்வோவிய அணிகள் நாளுக்கு நாள் கோபுரங்களாகவும் மண்டபங்களாகவும் பெருகின. இந்நாளில் ஓவிய நுட்ப உணர்வும் ஒடுங்கிற்று, வெறுக்கத்தக்க இழிந்த உருவங்கள் கோபுரங்களிலும் மண்டபங்களிலும் விலங்கு மனத்தால் பொறிக்கப்படுகின்றன. அவைகள் இக்கால மக்களின் மனோநிலையைப் புலப்படுத்துகின்றன. நாளுக்கு நாள் இக் கோயில்கள் தொகையில் பெருகலாயின. கோயில்கள் பெருகப் பெருக அவைகள் வாணிபக் கூடங்களாயின. தற்காலக் கோயில்கள் பலவற்றைக் கொலை களவு கள் காமம் பொய் என்னும் ஐம்பெரும் பாவங்கட்குரிய உறைவிடங்கள் என்றுங் கூறலாம்.

அந்தோ! இக்காலக் கோயில்களின் இழிவை என்னென்று கூறுவேன்! கூறிக் கூறி என் நாவும் தழும்பேறி விட்டது; எழுதி எழுதி என் கையும் மரத்துவிட்டது; கோயில்களின் கொடுமை ஒன்றா? இரண்டா? ஆயிரம்; ஆயிரம்.

சாதிப்பேய்

வெளியில் மக்களிடையில் தோன்றிய கண்மூடி வழக்க ஒழுக்கங்களும், மூடக் கொள்கைகளும், பிடிவாதங்களும் பிறவுங் கோயில்களில் புகுந்து உருவ வழிபாட்டின் நோக்கத்தையே சிதைத்துவிட்டன. கோயில்களில் ஒரு பெரிய பேய் தலைவிரித் தாடுகிறது. அப் பேய் எது என்று உங்கட்குத் தெரியும். அச் சாதிப் பேய் அரசு செலுத்துங் கோயில்களில் அன்புக் கடவுளுக்கு இடமேது? கோயில்கள் மிக இழிந்த

நிலையுற்றிருக்கின்றன. சில அன்பர்கள் கோயில்களைச் சீர்திருத்தஞ் செய்ய முயன்று வருகிறார்கள். அவர்கள் முயற்சி வெற்றி தரின் நலன் விளையும்.

கட்டுப்பாடில்லை

கோயில்கள் இவ்விழிநிலை யுற்றதைக்கொண்டு உருவ வழிபாட்டையே கைவிடுதல் கூடாதென்பதை மீண்டும் வலியுறுத்துகிறேன். ஆண்டவனது அகண்டாகாரத்தின் அறிகுறியாகிய உருவத்தை வீட்டிலும் வழிபடலாம்;
வேறிடங்களிலும் வழிபடலாம். அவ்வுருவை இருந்துகொண்டும் நினைக்கலாம்; நடந்துகொண்டும் நினைக்கலாம் எப்படி எவ்வழியில் அவ் வுருவை நினைந்தாலென்ன?
எந்நிலையில் நின்றாலும் எக்கோலங் கொண்டாலும் -
மன்னியசீர் சங்கரன்றாள் மறவாமை பொரு ளன்றே என்றார்
சேக்கிழார். வழிபாட்டிற்கெனக் குறிப்பிட்ட ஓரிடம் வேண்டுவதில்லை.

குறிக ளும்அடை யாளமுங் கோயிலும்
நெறிக ளும்அவர் நின்றதோர் நேர்மையும்
அறிய ஆயிரம் ஆரணம் ஓதினும்
பொறியி லீர்மனம் என்கொல் புகாததே

எனவரூஉம் அப்பர் திருவாக்கை நோக்குக.

இளமையில் எனக்கிருந்த கோயில் பற்றுக்கோர் அளவில்லை. நாளடைவில் அப் பற்று இறுகலாயிற்று. காரணம் என்னை? தற்காலக் கோயில் வழங்கும் ஆபாசக் காட்சியே யாகும். ஆபாசம் புகாத கோயில்கள் இன்னுஞ் சில இடங்களில் இருக்கின்றன - கோயில்களின் ஆபாசங்கள்
கடவுளிடத்திருந்து பிறந்தன அல்ல. அவை மனிதன் பாழும் உள்ளத்தினின்றும் பிறந்தனவேயாகும். அவ்வாபாசங்களைக் கண்டு உருவ வழி பாட்டில் ஏன் வெறுப்புக் கொள்ளுதல் வேண்டும்? அவ்வழி பாட்டுக்குரிய முறைகள் பலவுண்டு. அவைகளில் ஏதாயினும் ஒன்றைக் கொள்வது அறிவுடைமை.

தியானம் யோகம்

ஆண்டவன் இயற்கையை உடலாகக் கொண்டவன் என்றும், அந் நுட்பத்தை அறிவறுத்தவே அருளாளர்களால் அழகுப் படங்கள் எழுதப்பட்டன என்றும் மேலே சுருங்கச் சொல்லியிருக்கிறேன். அவ்வழகு உருவங்களை உன்ன உன்ன, அவைகள் நெஞ்சை ஒருமைப்படுத்தி, இயற்கைக் கடவுளை உணர்த்துகின்றன என்பதையும் முன்னர்ச் சிறிது விளக்கியிருக் கிறேன்.

நூல்கள் கோயில்கள்

நினைப்பற நினைந்து கடவுளின் அகண்ட நிலையை உணர்ந்த அன்பர்கள் அருளிய நூல்கள் எனக்கினிய கோயில் களாகத் துணை புரிகின்றன. அக் கோயில்களின் உள்ளே நுழைந்தால், ஆண்டவனை, அவனது உடலாகிய இயற்கை வாயிலாக உணரலாம்.

அன்பர்களே! மெய்யடியார்கள் எழுதிய பாட்டோவியங் களின் திறத்தை என்னென்று விரிப்பேன்?
அவ்வோவியங்களில் ஆண்டவன் உடலையுங் காணலாம்; உயிரையுங் காணலாம். இயற்கை உடல்; இறைவன் உயிர் என்னும் உண்மையை ஞான சம்பந்தர் உள்ளிட்ட பெரியோர்கள் தங்கள் பாட்டோவியங் களில் வடித்துக் காட்டியிருக்கிறார்கள். அவ்வோவியங்கள் கண்ணைக் கவர்கின்றன. கருத்தைக் கவர்கின்றன; உயிரைக் கவர்கின்றன. உயிர் உள்ளம் உடல் எல்லாவற்றாலும் அவைகள் ஆண்டவன் அமுதைப் பருக செய்கின்றன. அத் திறத்தை எடுத்துக் கூற யானோ அருகன்? அத் திறத்தைத் தாயுமானார், இராமலிங்க சுவாமிகள் முதலிய தமிழ்ப் பெருமக்கள் உலகிற்கு விளக்கியுள்ளார்கள்.

வரிவள ரவிரொளி யரவரை தாழ
வார்சடை முடிமிசை வளர்மதி சூடிக்
கரிவளர் தருகழல் கால்வலனேந்திக்

கனலெரி யாடுவர் காடரங்காக
விரிவளர் தருபொழி லிளமயிலால
வெண்றித் தருவிகள் திண்ணெனவீழும்
எரிவளரினமணி புனமணி சாரல்
இடைச்சுர மேவிய இவர்வணமென்னே.
கார்கொண்ட கடிகமழ் விரிமலர்க்கொன்றைக்
கண்ணியர்வளர்மதி கதிர்விடக்கங்கை
நீர்கொண்ட சடையினர் விடையுயர்கொடியர்
நிழல்திகழ்மழு வின ரழல்திகழ் நிறத்தர்
சீர்கொண்ட மென்சிறை வண்டுபாண்செய்யும்
செழும்புனலனையன செங்குலைவாழை
ஏர்கொண்டபலவினொ டெழில்திகழ்சாரல்
இடைச்சுரமேவிய இவர்வணமென்னே.

ஞானத் திரளாய் நின்ற பெருமான் நல்ல அடியார்மேல்
ஊனத் திரளை நீக்கு மதுவும் உண்மைப் பொருள் போலும்
ஏனத் திரளோ டினமான் கரடி யிழியு மிரவின்கண்
ஆனைத் திரள்வந் தணையுஞ் சாரல் அண்ணா மலையாரே
கைம்மக வேந்திக் கடுவனொ டூடீக் கழைபாய்வான்
செம்முகமந்தி கருவரை யேறுஞ் சிராப்பள்ளி
வெம்முக வேழத் தீருரிபோர்த்த விகிர்தாநீ
பைம்முக நாகம் மதியுடன் வைத்தல் பழியன்றே.
வாவிவாய்த் தங்கிய நுண்சிறை வண்டினம்
காவிவாய்ப் பண்செயுங் கானப்பே ரண்ணலை
நாவிவாய்ச் சாந்துளும் பூவுளும் ஞானநீர்
தூவிவாய்ப் பெய்துநின் றாட்டுவார் தொண்டரே!
செவிகளார் விப்பன சிந்தையுட் சேர்வன
கவிகள்பா டுவ்வன கண்குளிர் விப்பன
புவிகள்பொங் கப்புனல் பாயுந்தே வன்குடி
அவிகளுய்க் கப்படு மடிகள்வே டங்களே.
நிறையுடை நெஞ்சுகளும் நீருளும் பூவுளும்

பறையுடை முழவுளும் பலியுளும் பாட்டுளும்
கறையுடை மிடற்றண்ணல் கருதிய கானப்பேர்
குறையுடை யவர்க்கலாற் களைகிலார் குற்றமே.
கோங்கமே குரவமே கொன்றையம் பாதிரி
மூங்கில்வந் தணைதரு முகலியின் கரையினில்

ஆங்கமர் காளத்தி யடிகளை யடிதொழ
வீங்குவெந் துயர்கெடும் வீடெளி தாகுமே.
ஆரலாஞ் சுறவமேய்ந் தகன்கழனிச் சிறகுலர்த்தும்
பாரல்வாய்ச் சிறுகுருகே பயில்தூவி மடநாராய்
சீருலாஞ் சிறுத்தொண்டன் செங்காட்டங் குடிமேய
நீருலாஞ் சடையார்க்கென் நிலைமைசென் றுரையீரே.
வம்பார் குன்றந் நீடுயர்சாரல் வளர்வேங்கைக்
கொம்பார் சோலைக் கோலவண் டியாழ் செய் குற்றாலம்
அம்பால் நெய்யோ டாடலமர்ந்தா னலர்கொன்றை
நம்பான் மேய நன்னகர்போலுந் நமரங்காள்.
செல்வமல்கு செண்பகம் வேங்கை சென்றேறிக்
கொல்லை முல்லை மெல்லரும்பீனுங் குற்றாலம்
வில்லி னொல்க மும்மதிலெய்து வினைபோக
நல்கு நம்பான் நன்னகர்போலுந் நமரங்காள்,

ஞானசம்பந்தர் வரைந்த இத் தமிழ் ஓவியங்களைப் பாட்டுளங்கொண்டு பார்க்க; உன்னுக. இயற்கையை உடலாக இறைவன் கொண்டுள்ள உண்மையை ஞானசம்பந்தர் பாட்டுவழி உணர்த்துதலைத் தெளிக. இயற்கை உடல்; இறைவன் உயிர் என்னும் உண்மையை ஞானசம்பந்தப்பெருமான் அழகிய பாட்டோவியத்தில் எழுதிக் காட்டுகிறார். இவ்வோவியங்களில் நமது அன்னை இயற்கையைக் காணுங்கள் நமது அப்பன் ஆண்டவனைக் காணுங்கள் அன்பர்களே! தேவாரக் கோயிலி னுள் நுழைவோம். இயற்கை வடிவான இறைவனை - தென்

னாடுடைய சிவனை - வழிபடுவோம். ஞானசம்பந்த ருள்ளிட்ட பெரியோர்கள் பாடல்களை ஓதி, ஓதி, அப்பொருட்களில் திளைத்து நிற்பதுஞ் சிறந்த வழிபாடாகும். இன்னும் விரிக்கிற் பெருகும்.

சீர்திருத்தம்

சீர்திருத்தம் என்னும் பெயரால் ஆண்டவன் நினைவு என்னும் வேரையே அறுத்துச் சாய்க்கச் சிலர் முயன்று வருகிறார். அச் சீர்திருத்தத்தால் மக்கள் வாழ்வு நலம் பெறா தென்பது ஒருதலை. முன்னோர்கள் நமக்களித்த சமயநூலெனும் ஞான வாள் கொண்டே இடையில் முளைத்த அஞ்ஞானக் களைகளை அறுத்தெறியலாம். எடுத்துக்காட்டாகப் பெரிய புராணமென்னும் பெருநூலை உங்கட்கு நினைவூட்டுகிறேன். பெரிய புராணம் ஒரு பெரிய சீர்திருத்த நூல் என்பது எனது உள்ளக்கிடக்கை. சேக்கிழார் பெருமான், தாம் வாழ்ந்த கால தேச வர்த்தமானத்துக் கேற்றவாறு ஆண்டவன் அருள்வழி நின்று செம்மைசேர் சீர்திருத்தம் நிகழ்த்தினார்.

சேக்கிழார்

சேக்கிழார் காலத்தில் சாதிப்பேய் பேராக்கம் பெற் றிருந்தது. அப்பேயை ஓட்டுதற்கு, அக்காலம் இடந்தரு வழி நின்று, சேக்கிழார் சீரியகடன் ஆற்றினார். கடவுளன்பு என்னும் பெயரால் அக்காலக் குறைபாடுகளைச் சேக்கிழார் களைந்தார். ஆதி சைவராகிய வன்றொண்டப் பெருந்தகையார் உருத்திர கணிகைக் குலத்திற் றோன்றிய பரவையாரையும், வேளாள மரபிற் பிறந்த சங்கிலியாரையும் மணங்கொண்டதும், அந்தணர் பெருமானாராகிய அப்பூதியடிகள் வேளாள குல திலகராகிய அப்பர் சுவாமிகளைக் குருவாக் கொண்டதும், அவ்விருவம் உடன் உண்டதும், கட்டடக்கோயிலைக் கடவுள் கருதாது, பூசலார் உள்ளக்கோயிலை அவர் விழைந்ததும், இன்னோரன்ன பிறவும் உங்கட்குத் தெரியும். இத்தகைச் சீர்திருத்த முறைகளால் தமிழ் நாட்டைச் செம்மை செய்த சேக்கிழார் பெருமானையும் இப்பொழுது சிலர் குறை

கூறுகிறார். அன்னார் சேக்கிழார் திருவுள்ளத்தை அறியாதார் என்பது எனது கருத்து.

நாயன்மார்

அறுபான்மும்மை நாயன்மார்களைப் பற்றி ஈண்டு இரண்டொரு குறிப்பை மட்டும் வெளியிடக் கருதுகிறேன். நாயன்மார்கள் வாழ்ந்த காலம், சாதி வேற்றுமை ஆக்கம் பெற்றிருந்த காலம். அக்காலத்தில் எவ்வழி நின்று சாதி வேற்றுமையை நீக்க வேண்டுமோ அவ்வழிநின்று அறிஞர்கள் கடனாற்றினார்கள். கலப்புமணம், உடன்உண்ணல் முதலியன பெரியபுராணத்திலிருத்தல் காணலாம். நாயன்மார்கள் அனைவரும் பற்பல சாதியில் தோன்றினவர். இவர்களை முதன் முதல் பாமலரால் போற்றினவர். தம்பிரான் தோழரெனுஞ் சுந்தரமூர்த்தி சுவாமிகள். குல முறைப்படி அவர் அந்தணர். அவ்வந்தணர் எல்லாச் சாதியாரையும் அடியார்க்கு மடியேன் - அடியார்க்கு மடியேன் என்று வழுத்தியிருத்தல் காண்க. அறுபான்மும்மை நாயன்மார்களை அம் முறையில் இப்பொழுதும் அன்பர்கள் வழிபடுகிறார்கள். இவ்வாறு கடவுள் அன்பு என்னும் வழிநின்று, காலத்திற்கேற்ற சீர்திருத்தம் நிகழ்த்திய பெரியோர்களை இழித்துக் கூறுவது. பெருந்தகைமையாது. அவ்வருளாளர் வழிநின்று இக்காலத்துக்கேற்ற சீர்திருத்தம் நிகழ்த்துவதே அறிவுடைமை.

தீக்கிளர்ச்சியும் தவமும்

இப்பொழுது நமது நாட்டில் தோன்றியுள்ள சில தீக் கிளர்ச்சிகளைக் கண்டு சில அன்பர்கள் மனங் கவல்கிறார்கள்; சில அன்பர்கள் சீற்றங் கொள்கிறார்கள். கவற்சியும் வேண்டாம்; சீற்றமும் வேண்டாம். வேண்டுவது ஒன்றே. அது தவம்; தவம்.

முன்னை நாளிலும் நாட்டிடைப் பல தீக்கிளர்ச்சிகள் தோன்றாமலில்லை. அந்நாளில் அறிஞர்கள் கவன்றதுமில்லை; சீறியதுமில்லை. சிவபாதவிருதயர்

என்செய்தார்? மங்கையர்க் கரசியார் என் செய்தார்? அன்பர்களே! உன்னுங்கள்! அவர்கள் தவங்கிடந்தார்கள். அத் தவநெறியில் நிற்குமாறு உங்களையும் நான் வேண்டுகிறேன்.

திருவருட்டுணை

மனித முயற்சிக்கு ஆண்டவன் அருள் தேவை. ஆண்டவன் திருவருள் வலத்தைப் பெற முயலவேண்டுவது நம் பெருங் கடமை. நமது ஞானசம்பந்தவள்ளல் தீக்கிளர்ச்சியைத் தொலைக்க ஆண்டவன் திருவருளையே வேண்டி நின்றார். ஈனர்கட் கெளியேனலேன் திருஆலவாய் அரனிற்கவே என்றும், செய்யனே திருஆலவாய் மேவிய ஐயனே அஞ்சலென் றருள்செய் என்றும், அன்று முப்புரம் செற்ற அழக நின் - துன்று பொற்கழல் பேணா அருகரைத் - தென்ற வாது செயத் திருவுள்ளமே என்றும், நமது ஆண்டகை முதல்வன் அருளை வேண்டி வேண்டி நின்றது காண்க.

தீக்கிளர்ச்சிகளின் தோற்றத்துக்குரிய காரணங்களையும் நாம் கருதல் வேண்டும். காரணங்கள் பலப்பல கூறலாம். நமது கவலையீனமும் ஒரு காரணமாகும். சமய வளர்ச்சிக்காக நாம் என் செய்கிறோம்? எத்துணைச் சமயப் பள்ளிக்கூடங்களை நிறுவியிருக்கிறோம்? எத்துணைப் பேர் தேவாரத்தைப் பொரு ளுணர்ந்து ஓதுகிறார்? சிவதீட்சையின் நுட்பம் எத்துணைப் பேர்க்குத் தெரியும்? சிவநேசத்துக்குப் பதிலாகச் சாதி நேச மன்றோ நாட்டில் வளர்கிறது? கோயில்களில் சாதி! மடங்களில் சாதி! சைவத் திருக்கூட்டங்களில் சாதி! இக்கொடுமைக ளல்லவோ தீக்கிளர்ச்சித் தோற்றத்துக்குக் காரணங்களாக நிற்கின்றன? இக் கொடுமைகள் இன்று களையப்படுமேல் நாளை தீக்கிளர்ச்சிகள் மாண்டொழியும்.

சமயத்தில் நம்மவர்க்குள்ள கவலையீனத்தைக் காலத்தின் அருமை நோக்கி விரித்துக்கூற அஞ்சுகிறேன். ஏறக்குறைய இரண்டேகால் மணிநேரம் உங்கள் முன்னிலையில் பேசியிருக் கிறேன். இன்னும் பல சொற்பொழிவுகள் நடைபெறுதல் வேண்டும் பிறவற்றைப் போதிய காலங்

கிடைப்பின் சொற்பொழிவுகளைத் தழுவி முடிவுரையில் கூறலாமெனக் கருதுகிறேன். இதுகாறும் எனது புன்மொழியைப் பொறுமையுடன் செவிமடுத்த உங்கள் அனைவர்க்கும் எனது நன்றியறிதலான வணக்கம்.

சகோதரிகளே! சகோதரர்களே! எந்நாட்டவர்க்கும் இறைவன், நமது தென்னாடுடைய சிவன் என்பதை என் சிற்றறிற் கெட்டிய வரையில் விளக்கிக் கூறினேன். தென்னா டுடைய சிவனே போற்றி - எந்நாட்ட வர்க்கும் இறைவா போற்றி என்னும் மணிவாசகத்தின் உட்கிடக்கையை ஓர்ந்து ஓர்ந்து மகிழ்ச்சி யுறுங்கள்; அச் சிவத்தை உணர முயலுங்கள்; அதற்குறிய வழிபாட்டைச் செய்யுங்கள்; வழிபாட்டிற்குரிய வழிகளைக் கோலிய ஞான சம்பந்தப் பெருமானையும் மற்றவரையும் மறவாதேயுங்கள். அவர்களே நமக்கு வழி காட்டிகள். மீண்டு மொருமுறை எனது நன்றியறிதலான வணக்கத்தைச் செலுத்து கிறேன். எனது பேச்சில் குற்றங் குறைகள் காணப்படுமேல் மன்னிக்குமாறு வேண்டுகிறேன்.

முற்றும்.

★★★